AF292499

Nhận Thức Quán
Mười Liệu Pháp Chánh Niệm

NHẬN THỨC QUÁN
MƯỜI LIỆU PHÁP CHÁNH NIỆM
HENEPOLA GUNARATANA
Thanh An dịch
Ấn hành lần đầu 2020. Tác giả giữ bản quyền.

HENEPOLA GUNARATANA

Thanh An *dịch*

Nhận Thức Quán
Mười Liệu Pháp Chánh Niệm

MỤC LỤC

Lời Tựa

अभयं सत्त्वसंशुद्धिर् ज्ञानयोगव्यवस्थितिः
दानं दमश्च यज्ञश्च स्वाध्यायस् तप आर्जवम् ॥*

'Với tâm tư thuần tịnh, không sợ hãi, Bậc trí an trụ giữa trí tuệ và định tâm, sống trung dung với lợi sanh, tự thúc, hy sinh, nhiếp thánh điển, mộc mạc và chất trực'. Trên tột đỉnh tịch liêu là tâm thái thong dong như đoá hoa Quỳnh khoe sắc và nhả hương giữa trời đêm tĩnh lặng. Hết thảy mọi gợn nhơ và cáu bẩn bỗng chốc tan biết mà chẳng hề lưu dấu vết giữa rừng thiên thu đất trời, bởi khoảng lặng ban sơ trong tâm thức của mỗi chúng sinh là nơi mà chỉ có ánh sáng vô nhiễm mới soi rọi chiếu thấu và tuyệt nhiên nơi ấy chẳng có dáng dấp của một gã lang thang, nhếch nhác bụi trần lảng vảng dẫu chỉ là sát na. Ở nơi đó, mọi dấu ấn của khái niệm từ ngôn ngữ trừu tượng đến giản đơn thô sơ cũng đều vắng bóng, có chăng thì chỉ là bản thể tròn đầy tựa tinh chất của đan sa vốn không dung tạp mà chỉ dửng dưng bất động từ vô thỉ tận vô chung vẫn thế. Khách trần vãng lai có đến rồi thoạt đi tựa như những vạt nắng sớm mai lướt qua kẽ lá nơi giọt sương khuya còn đọng để khuếch đại lên tán lá ánh nắng sớm mai chỉ đủ để đánh thức những sắc tố lục diệp đang còn ngủ mê bên đời mộng mị, và rồi cũng tan tành theo hơi hướng của duyên sinh miên viễn.

Mọi pháp sinh khởi, tương tục đến đi như một áng mây chiều thu tan tụ rất chóng vánh nhưng với những mảnh tâm đang quờ quạng trong đêm dài ảo vọng thì thật là một nguồn cơn u tối, đau khổ đến tang thương chưa lần mò được lối thoát. Rạng đông của tỉnh thức chỉ soi rọi cho những tâm tư cởi mở vốn bị trói thắt bởi các xiềng xích đen sì, rỉ máu bấy lâu, ngọn gió mát thanh lương chỉ hướng đến những con mắt sáng đang linh hoạt nhìn đời, nhìn người trong tuệ quán tịch tĩnh và an nhiên. Đó là hệ quả tất yếu của những ai biết lắng nghe tận tâm tư những gì Tố Đạt Lãm đã chỉ bày và chuyên chú kiên định như ánh mắt của Sư tử chúa tập trung vào mục tiêu khi đang hoạt dụng thân và tâm hành. Khi thân ướt đẫm những cơ duyên tắm mát nơi Tố Đạt Lãm và an trụ nơi sự kiên định thực tập thì cái khoảnh khắc mà thân tâm được tận hưởng không khí tuyệt mỹ nơi bốn thứ Tam ma bát để chỉ là trong nháy mắt hay như lực sỹ duỗi co cánh tay mà thôi. Bằng không, muôn kiếp trôi lăn lặn hụp nơi ố trọc tanh hôi của vũng sình đau khổ do chính tay khổ chủ đêm ngày tận tình đào bới mà chẳng mảy may hay biết.

Chỉ có những ai biết lắp đầy vũng bùn ấy bằng những trải nghiệm thuần khiết của tâm tư và nỗ lực thực tập các pháp lành thì khi nắng hạ chiếu soi đánh bay cái tanh hôi bùn nhơ sanh tử thì hương thơm thanh khiết của hoa sen sẽ toả hương xông ướp lấy ngũ phần trân quý cho tự thân. Vốn dĩ hương thanh khiết thuần tịnh ấy ẩn sâu trong chính mỗi hữu tình như đã nói là bị chính hữu tình kéo mây mù ngu si che lấp mà thôi. Mọi nỗi đau thương thống khổ dẫu cho có tác nhân ngoại lai tác hợp thì cốt lõi vẫn chính là sự trói buộc của nhận thức nơi tự thân vào những triền phược câu hữu vi tế mà chiêu cảm ra cả. Khi trong trí có được sự thấu hiểu nơi các Ma đắc lí ca và khai mở được con mắt giác tánh thì các chấp trước Mạt

na sẽ được thay thế bằng cái nương tựa nơi sự sáng suốt của Thức Bạch tịnh. Duy chỉ nhất lộ hướng đến đó chính là sự thấu triệt bản chất của các pháp và tư duy sắc sảo với sự nhạy bén của trí tuệ kim cương mới mở toang được cánh cửa u ám khoá chặt bấy lâu. Tất cả chính là bằng nơi sự quán chiếu nhận thức. Nhận Thức Quán chính là dùng con mắt pháp mà tĩnh chiếu vạn hữu để sáng tỏ cái chân thật tướng của hữu vi cùng vô vi. Các pháp ấy vốn xưa nay như thế, dù Đức Thế Tôn có tuyên bày, chỉ dạy hay không thì bổn tính nó vẫn thế. Và do nơi sự tự nhiên đó nên con đường đạo hành đến cánh cửa chân thật nghĩa cũng như nhiên bất biến, chỉ là chúng ta không biết, chưa biết hay đã biết mà chưa chịu thực hành mà thôi. Bằng trí tuệ vô lậu và thiện xảo, Đức Thế Tôn đã từng bước dẫn đường chỉ bày cho hàng đệ tử thấy được thực tướng các pháp và phương pháp để đạt được sự an lạc tuyệt đối xa lìa các khổ phược. Bản chất 'huyễn thân mộng trạch, không trung vật sắc' cần được quán chiếu và xả ly. Từ những ví dụ minh hoạ giản đơn cho đến siêu quần bạt tục của Bậc Đại trí thì tuỳ nơi căn cơ thích ứng mà Ngài dẫn đạo. Có lúc vô ngại như Duy Ma Cật, lúc thành khẩn trừu tượng tựa Phu Nhân Thắng Man, hay căn tánh thượng đẳng như Văn Thù Sư Lợi, hay nhẹ nhàng thực tiễn như với thanh niên Kutadanta mà Đức Thế Tôn chỉ bày các pháp. Chỉ có thể một sát na chuyển đổi như Long Nữ thành Đấng Trượng Phu hay Tôn giả *Girimānanda* tuần tự thứ lớp mà sạch bệnh. Há chẳng phải là vị lương y tuỳ cơ nghi cho thuốc, và 'giác tánh viên minh, trùng lai trạm tịch' đó hay sao.

Bằng những phương thuốc khi thượng đẳng, lúc bình dân, Đức Thế Tôn đã chữa lành vô vàn cơn khổ bệnh cho hàng thất chúng, mang lại lợi ích chân thật và tuyệt đối cho những ai thực hành và thấu triệt các phương thuốc ấy. Những liều thuốc thần được kê toa bằng lời nói, bằng ngôn ngữ chuyển tải nơi Kinh tạng đầy thâm sâu và thiết thực. Quyển sách này, nguyên bản Anh ngữ là *Meditation on Perception – Ten Healing Practices to Cultivate Mindfulness*, cũng là một liều thuốc với đầy đủ các thiết thực và lợi ích như thế. Bằng sự quán chiếu về sự nhận thức, mười phương pháp trị liệu bằng chánh niệm được phô bày từ thiển cận đến thâm sâu, từ bề ngoài đến vi tế bên trong. Tất cả cũng chỉ cốt để chữa lành các căn bệnh đau đớn cố hữu cho nhân sinh do nơi bó buộc, chấp trước mà ra. Với sự phô diễn lối văn tuần tự và thứ lớp, bài Kinh dưới cái nhìn thiền quán đã thứ lớp giải quyết những khúc mắc, trói buộc về các uẩn, chỉ rõ bản chất của các pháp. Dưới cái nhìn của một vị Thiền Sư chứng đắc, Ngài **Henepola Gunaratana** đã một lần nữa hướng dẫn chi tiết cho những ai muốn thoát khỏi những ràng buộc hệ luy mà được cái vui giải thoát chân thật bằng con đường thiền tập chánh niệm. Giá trị của tác phẩm được khẳng định qua tính thiết thực giải quyết các trăn trở trong tâm thức của nhân sinh hiện đại và cũng được Ngài **Bhikkhu Bodhi** giới thiệu bằng sự trân trọng và cảm mến nhất. Nhân duyên bắt gặp của người dịch với tác phẩm là quá trình nghiên cứu tìm hiểu các tương đồng và dị biệt cũng như các đặc trưng trong các phương pháp và triết lý Thiền của Mahayāna và Theravāda. Thấy được sự lợi ích thiết thực nhưng lại tiếp cận một cách nhẹ nhàng, trầm lắng như thế nên mong muốn chuyển ngữ để giới thiệu thêm về những gì lợi ích đích thực mà Pháp Phật mang lại.

Nguyện đem tất cả lòng thành khẩn nguyện niệm ân lên mười

phương Tam Bảo, nguyện cầu Chánh Pháp trường tồn. Xin dâng trọn niềm biết ơn sâu sắc hướng về Hoà Thượng Bổn Sư, Cha Mẹ, Chư vị Tôn Túc đã nuôi dưỡng thân tứ đại và trưởng dưỡng tâm thức cho con. Cám ơn Chư vị bằng hữu, thiện tri thức đàn na tín thí đã có mặt cho nhau nơi đời. Với tất cả tâm tư và cẩn trọng cho bản dịch và chú nhưng chắc chắn vẫn có những sơ suất. Kính Chư Thiện tri thức chỉ bày để cho bản dịch được hoàn thiện hơn.

Khánh nguyện vạn loại an nhiên trong chánh pháp và chứng nhập bản chất các pháp như Ngài Long Thọ đã nói: 'Tất cả các pháp sinh khởi, tồn tại và hoại diệt cũng đều như vạt nắng, tựa giấc chiêm bao và dường như thành thị giữa chốn hoang mạc vậy.'

"यथा माया तथा स्वप्रो गन्धर्व - नगरम् यथा।
तथोस्पाद तथा स्थानम् तथा भन्ग उदाहृ - रितहृ॥"

Sri lanka, ngày 15 tháng 07 năm 2020.
TK. Thích Thanh An
Kính ghi.

______

* Châu Báu Phạn Văn.

Lời Giới Thiệu
Của Ngài Bhikku Boddhi

Tứ Đế, giáo lý căn bản của Phật giáo đã chỉ ra rằng sự tham ái, những khát vọng mù quáng cho dục vọng cá nhân là nhân đưa đến tất cả những khổ đau và trôi lăn trong vòng sanh tử luân hồi. Tuy nhiên, ở một số giáo lý khác, Đức Phật cũng đã chỉ ra rằng mối liên hệ nhân quả giữa tham ái và khổ đau không phải là cuối cùng. Tham ái, bản thân nó là nhân duyên, xuất phát từ căn nguyên sâu thẳm hơn nữa đó chính là Vô minh. Vô minh trong tiếng Pali là *avijjā*, nó là một ý nghĩa phủ định – sự thiếu hiểu biết đúng đắn (*vijjā*). Điều này có nghĩa rằng, những gì thuộc về tham ái và những cảm xúc uế trược khác như lòng căm thù, giận dữ, ngã mạn, và đố kỵ là một sự thất bại trong nhận thức. Chúng ta ngụp lặn trong dòng chảy ái dục do chúng ta không có hiểu biết chân thật; vì chúng ta thiếu "sự hiểu biết và sự nhìn nhận các pháp như chúng vốn là".

Mặc dù, Vô minh là một sự phủ định, nhưng trong guồng quay hối hả của cuộc sống hằng ngày, nó lại giữ một vai trò chủ động, nó tạo ra kiểu méo mó của sự hiểu biết, làm đảo điên kinh nghiệm sống của chúng ta trong cuộc đời. Dưới sự điều khiển của Vô minh, khả năng nhận thức của chúng ta về thế giới theo một chiều hướng hoàn toàn trái ngược, chẳng hạn như các pháp thật chất là vô thường, vô ngã, rỗng tuếch, đáng ghê tởm lại hiện ra một cách vĩnh hằng, có tự ngã, đầy thú vị và đáng khao khát. Sự 'điên đảo', các kiểu méo mó trong nhận thức này có tác dụng ở nhiều cấp độ khác nhau. Ở mức độ thô thiển, chúng định đoạt cái nhìn cố chấp của chúng ta. Ở mức độ vi tế hơn, chúng tràn vào khuấy phá những tư tưởng khái niệm của chúng ta. Và ở mức vi tế nhất, chúng thậm chí kiểm soát luôn cả nhận thức của chúng ta. Do đó, chúng ta không những nhìn nhận các pháp một cách sai chạy, thậm chí chúng ta còn nhận thức thế giới xung quanh, mà gần nhất là chính tự thân chúng ta như bằng chứng cho những quan niệm lệch lạc như thường hằng, hữu ngã, thích thú và khoái lạc.

Chúng ta có thể thấy rõ rằng trong tiến trình này là một mẫu hình nhân quả phức tạp. Dưới ngưỡng cửa của sự nhận thức tỉnh táo, vô minh thâm nhập vào sự nhận thức của chúng ta, rồi từ đó lan ra những tư tưởng, quan điểm và cho ra những hiểu biết lệch lạc. Những tri kiến điên đảo này xúi giục và tăng cường tham ái kèm theo sự dính mắc, uế trược, ngã mạn và những phiền não khác; chúng trói buộc ta để mãi trôi lăn trong sanh tử luân hồi. Và rồi, khi chúng ta trôi lăn trong luân hồi muôn kiếp tương tục, ta gặp và lặp đi lặp lại những khổ đau, đối diện với, sanh, già, bệnh, chết, sầu, bi, khổ, ưu não v.v...

Với tiến trình nhân quả như thế, con đường đưa đến sự giải thoát mọi khổ đau không chỉ bao hàm sự tinh tấn duy trì ý chí chống lại sự cám dỗ của dục lạc mà còn song song với sự chuyển đổi nhận thức. Mục đích tối hậu của việc thực hành Phật đạo đó là việc đạt được sự đột phá về nhận thức để bạt nhổ gốc rễ vô minh vốn câu hữu trong tận sâu thẳm nơi tâm thức chúng ta. Chính điều này đòi hỏi phải phác thảo một tiến trình tỉ mỉ. Để đạt được chiến thắng tối hậu, điều cần thiết bên cạnh việc chặt đứt mối liên hệ giữa cảm thọ và ái dục, điều đã được nói đến trong rất nhiều Kinh điển, mà còn là đảo ngược những tiến trình từ vô minh đến tà kiến. Điều này có nghĩa là sự nhận thức của chúng ta phải được chuyển hoá. Sự nhận thức phải được thay đổi, thay vì để sự nhìn nhận các pháp theo con đường có sự tham gia của ái dục hay thái độ vẩn đục, thì chúng ta nhận thức bằng con đường suy yếu ái dục và cuối cùng loại bỏ vô minh.

Con đường đi đến giải thoát tối hậu có thể hiểu là một phần của tiến trình bởi những gì chúng ta học để nhận ra những gì gọi là tà kiến và chuyển hoá chúng quay về chánh kiến. Đây là tiến trình đòi hỏi khắt khe của sự huấn luyện tâm trí, song, những lời dạy của Đức Phật cũng đã cung cấp cho chúng ta những hướng dẫn về những loại nhận thức mà chúng ta phải phát triển. Những loại nhận thức (*saññā:* nam tính: tư tưởng, sự nhận thức nữ tính: tưởng uẩn) này cũng là những sự tư duy sâu lắng, trầm tư. Thực tế, từ Pali thường dùng để dịch 'sự tư duy sâu lắng', *anupassanā*, gần với nghĩa đen, *anu* nghĩa là lặp đi lặp lại, *passanā* nghĩa là cái thấy, sự thấy, sự hiểu rõ, sự nhận thấy. Quá trình tôi luyện này là sự nhận thấy gần gũi, duy trì, lặp lại nhiều lần, và đỉnh điểm là minh sát *vipassanā*, tuệ rõ biết tâm tánh, hay "sự nhận thức đặc biệt". Và nó chính là Tuệ trí, chính Minh kiến này dẫn đến trí tuệ của xuất thế gian đạo, đạt đến quả vị giải thoát tối hậu.

Trong số các nguồn tư liệu sơ khai của Đức Phật, nhấn mạnh về sự tu tập nhận thức đúng đắn mà nổi bật nhất chính là trong Tăng Chi Bộ Kinh, bộ Kinh này các Chương được sắp xếp theo số thứ tự tăng dần từ Một cho tới Mười Một. Một số bài Kinh ở các Chương cuối của bộ này đã nêu bật được vai trò của sự chuyển hoá nhận thức để dễ dàng đưa đến Niết bàn. Bắt đầu từ quyển Năm, Đức Phật đã giới thiệu hai nhóm của năm loại nhận thức; Ngài dạy: "*khi phát triển và tu tập, chúng có năm quả lớn, lợi ích lớn, dễ dàng đến bất tử, đưa đến cứu cánh bất tử*" (Tương Ưng, Chương Năm pháp. 61-62). Trong quyển Bảy, lại một lần nữa, chúng ta bắt gặp hai nhóm của bảy sự nhận thức dễ dàng đưa đến sự bất tử trong Tương Ưng, Chương Bảy pháp. 48-49); tương tự, trong quyển Chín (16), và quyển Mười (56-57).

Trong truyền thống Thượng Toạ Bộ, bài kinh nổi tiếng nhất về sự chuyển hoá nhận thức là Kinh *Girimānanda* (Tương Ưng, 10.60). Trong bài Kinh này, Đức Phật dạy mười sự nhận thức, mà thực chất là mười lĩnh vực quán chiếu. Ngài không chỉ liệt kê chúng như đã làm trong bài kinh ngắn liên hệ trước, mà còn giải thích ngắn gọn tuần tự từng cái bằng con đường thực tập. Bài Kinh do đó cũng được xem là bảng trích yếu súc tích về chủ đề thiền quán. Song, bài Kinh *Girimānanda* lại được phổ biến một lí do khác nhau chẳng hạn như: Nó cũng dạy như một bài 'Kinh Phòng Hộ', (*paritta)*, một bài Kinh của sự che chở, một ý nghĩa chữa lành. Như một bối cảnh để cho bài Kinh ra đời, Đức Phật dạy mười phép nhận thức vì lợi ích cho vị Tăng đang bệnh tên là *Girimānanda*. Tỳ Kheo này được mô tả là người bệnh trầm trọng, có lẽ sắp mất. Và chúng ta được kể rằng ngay khi bài Kinh được giảng kết thúc, Thầy *Girimānanda*, sau khi học mười phép nhận thức này, Thầy ấy đã khỏi hẳn bệnh, bình phục khoẻ mạnh.

Thiền của Phật giáo đã du nhập vào nền văn hoá hiện đại Tây phương bằng con đường thực tập chánh niệm. Nó được rút ra từ những tư liệu gốc và được giảng dạy như một phương pháp thanh tịnh thực tế. Bây giờ, nó không những được dạy như một phương tiện của trí tuệ giải thoát mà còn cho những mục đích xác định bởi giá trị bảo vệ xã hội; chẳng hạn như thành tựu vật chất, sức khoẻ sinh lý, tính đại chúng, hiệu quả làm việc cao hơn. Nếu Phật pháp được ứng dụng một cách đúng đắn vào môi trường văn hoá hiện đại của họ như vậy, những phương pháp thiền căn bản phải hiển hiện trong mọi lĩnh vực của họ và được dạy dưới ánh sáng của trí tuệ triết học Phật giáo. Kinh *Girimānanda* đáp ứng đầy đủ các tiêu chí này. Mười sự nhận thức được dạy trong Kinh bao trùm một lĩnh vực rộng lớn từ sự nhận thức về vô thường, vô ngã cho đến sự quán chiếu đưa đến vô dục, chẳng hạn như sự quán chiếu bản chất bất tịnh của xác thân và sự nguy hiểm in trong bản chất nhạy cảm của chúng ta đưa đến bệnh tật và huỷ hoại. Chúng bao gồm các sự thiền quán về Niết bàn và chánh niệm trên hơi thở, một công cụ cho sự phát triển cả hai thứ là định tĩnh và trí tuệ.

Thời gian chín muồi cho việc phác thảo một bức tranh với những chủ đề thiền trong Kinh *Girimānanda* được giảng giải chi tiết cho những ai mong muốn quen thuộc hơn với sự mênh mông bao la của các phương pháp thiền được dạy trong các kinh điển đầu tiên. Quyển sách của Thiền Sư Gunaratana này, một vị Thiền sư đáng kính và được yêu mến, Ngài đã khoả lấp những chỗ trống cho hành giả mới thực tập thiền. 'Trưởng lão G', cái tên được biết đến rộng rãi, đã có sự kết nối từ những kỹ năng cần thiết đến việc hoàn thành nhiệm vụ này. Là một tu sĩ gốc Sri Lanka, Ngài thâm hiểu và truyền thụ giáo lý truyền thống Pali, đặc biệt là những lời dạy trong tạng Kinh Nikaya, Ngài tiếp thu trong suốt quá trình xuất gia và tu học ở Sri Lanka. Ngài đã chuyển đến sống tại Mỹ và đã trở nên quá thân thuộc với nền văn hoá xứ sở cờ hoa như những người bản địa ở New York, Los Angeles v.v... Những tác phẩm về Thiền đầu tiên của Ngài đã vô cùng phổ biến, và trong hàng thập kỷ, Ngài đã hướng dẫn thiền cho dân chúng ở Mỹ và khắp nơi trên thế giới.

Với những năng lực như thế, Ngài đã đảm nhận công việc giảng dạy những khía cạnh Phật Giáo về sự nhận thức trên cả hai phạm trù là trong vai trò tiêu cực như công cụ của vô minh và đau khổ của nó, trong vai trò tích cực như một công cụ giúp đỡ trên lộ trình giải thoát. Trong quyển sách này, Ngài tập trung vào sự trình bày của những vấn đề đó trong Kinh *Girimānanda*. Với tính cách minh bạch rõ ràng của mình, Ngài đã giải thích một cách sáng tỏ bằng sự đơn giản, trực diện, điều mà Ngài luôn làm cho người đọc và thực tập sinh của mình. Ngài thường lập lại và nhấn mạnh các phương diện quán chiếu liên quan đến kinh nghiệm sống thường nhật của chúng ta như thế nào. Hơn nữa, Ngài cũng khảo sát tỉ mỉ một chủ đề hiếm khi gặp phải bởi các cách chú giải truyền thống về

Kinh này. Làm thế nào mà các phương pháp thiền có thể dẫn đến chữa trị các căn bệnh, mục đích ban đầu của Đức Phật trong việc giảng giải những hình thái nhận thức này cho Tôn giả *Girimānanda*.

Ngài Gunaratana đã mang lại sức sống của bài Kinh Đức Phật dạy xa xưa cho người đọc hôm nay. Chỉ cho chúng ta thấy rằng, những lời dạy dù cách đây hơn hai mươi lăm thế kỷ vẫn còn liên quan mật thiết với cuộc sống đầy bất an và hỗn loạn của chúng ta ngày nay. Dẫu cho các sự nhận thức này có chữa lành thân bệnh cho chúng ta hay không thì cũng chỉ là phần thứ yếu mà thôi. Điều quan trọng tiên quyết đó là khả năng chữa lành sự suy nhược nơi tâm, vô minh câu hữu trong sai lệch tâm thức, và tà kiến về bản thân và thế giới.

- Tỳ Kheo Boddhi -

Lời Tri Ân Của Tác Giả - Ngài Henepola Gunaratana

Tôi luôn luôn biết ơn ông Steve Somefeld vì những món quà vô giá về thời gian và sự bền bỉ của ông ấy. Quyển sách này có thể sẽ không được ra đời nếu không có sự cần mẫn trong công việc phát triển nó. Tôi cũng cám ơn ông Douglas Imbrogno về sự giúp đỡ nhiệt tình trong việc chỉnh sửa bản thảo cho nhà xuất bản Wisdom. Qua đây, tôi vô cùng tri ân đến cô Brenda Rosen đã chịu khó biên tập, đồng thời, tri ân đến Josh Bartok và Andy Francis về những đề nghị cho tính chỉn chu và xuất bản quyển sách này. Nhân đây, tôi cũng chân thành cảm ơn Thầy Ethkandawaka Saddajeewa vì đã đề nghị tôi viết một tác phẩm về chủ đề này. Sau cùng, tôi chân thành tri ân đến Hoà Thượng Boddhi đã dành thời gian quý báu để viết lời giới thiệu cho quyển sách này.

- Bhante Henepola Gunaratana -

Giới Thiệu

Trong quyển sách nhỏ này, tôi tập trung vào việc làm thế nào để vận dụng sự nhận thức như một đối tượng thiền quán. Theo giáo lý Phật giáo, sự nhận thức là một phần cơ bản của thân và tâm. Nó bao gồm những thông tin mà chúng ta tiếp thu từ năm giác quan của chúng ta và từ ý nghĩ, sự tưởng tượng và các căn nguyên nội tại cũng như phương thức mà tâm chúng ta xử lý và hiểu những thông tin này. Cũng giống như các chi phần khác của tâm và thân mà Đức Phật đã chỉ dạy như sắc, thọ, tưởng, và thức; sự nhận thức có thể được tôi luyện và thanh tịnh rốt ráo thông qua việc thực tập thiền quán. Một khi chúng ta hiểu sự nhận thức là gì và nó tác động như thế nào lên cuộc sống của chúng ta, chúng ta có thể sử dụng chúng như chúng ta làm với bất kỳ đối tượng nào của thiền quán để vượt qua những xu hướng tai hại của suy tư, hành động và để phát triển tâm trí.

Một trong những Kinh quan trọng mà Đức Phật đã dạy về sự nhận thức đó là Kinh *Girimānanda* (Tăng Chi 10:60). Như trong kinh dạy, một thời Đức Thế Tôn trú tại vườn Savathi, một thành phố cổ xưa của Ấn độ, có Thầy *Girimānanda,* đệ tử của Đức Thế Tôn đã chịu nhiều đau khổ vì bị bệnh nặng. Tôn giả A Nan, người đệ tử hầu cận Đức Thế Tôn đã đi đến đảnh lễ và thưa thỉnh Đức Thế Tôn đến thăm Thầy *Girimānanda* vì lòng thương tưởng với nỗi đau của Thầy ấy. Thay vì đích thân đi, Đức Thế Tôn dạy Tôn giả A Nan đến thăm và nói về mười sự nhận thức cho Thầy *Girimānanda.* Đức Thế Tôn căn dặn rằng: "có thể, sau khi được nghe về mười sự nhận thức thì Thầy *Girimānanda* sẽ có thể lập tức chữa lành bệnh tật của mình."

Mười sự nhận thức này, tôi sẽ trình bày chi tiết ở phần sau, chúng là những phương pháp thiền quán nền tảng. Ở đây, chẳng hạn như sự nhận thức thứ mười, chánh niệm tỉnh giác về hơi thở ra, hơi thở vào, bản thân nó là một sự thực tập thiền toàn diện. Khi chúng ta đi xuyên suốt hết mười loại nhận thức quán, chúng ta tôi luyện tâm trí để thoát ly ra ngoài những sự nhận thức tầm thường, hời hợt và thể nhập vào sự thấy biết giác ngộ, điều đưa đến giải thoát vĩnh viễn khỏi đau khổ và hỗn loạn.

Trên thực tế, những hướng dẫn trong kinh *Girimānanda* đòi hỏi chúng ta vận dụng theo hai thể loại thiền quán. Có lẽ, chúng ta thân thuộc hơn với thể thứ nhất trong hai loại này, điều mà Đức Thế Tôn đã chỉ dạy gọi là *samatha* hay là thiền định. Thi thoảng, có cách dịch là thiền an tĩnh, hay an trú tĩnh lặng, thiền samatha bao hàm dán tâm một cách nhẹ nhàng lên một đối tượng hay một kinh nghiệm, chẳng hạn như một ngọn nến đang cháy, một sự cầu nguyện, một câu kinh, một hình tượng Phật, hay đơn giản như trong kinh *Girimānanda* là một vòng tương tục của hơi thở ra vào. Khi tâm đã an trụ vắng lặng trên đối tượng như thế, những cảm xúc xáo trộn bình thường của chúng ta cũng lắng xuống, tâm ngưng đọng mọi sự hung hăng, tán loạn và trở nên tịch tĩnh thư thái.

Loại thứ hai là thiền Vipassana hay còn gọi là thiền minh sát, thiền chỉ. Trong phương pháp này, chánh niệm được sử dụng để tăng trưởng sự tỉnh thức của tự thân về những gì đang xảy ra. Qua nhiều năm thực tập thiền vipassana, tâm an trú dần dần xuyên thủng bức tường vô minh vốn ngăn cách những tâm thức bình thường với những hiểu biết sâu sắc, đúng đắn về cái cách mà chúng ta đang có mặt. Khi trí tuệ của chúng ta sâu sắc hơn, chúng ta nhận ra rằng không có bất kỳ bộ phận nào của chúng ta như thân thể, cảm thọ, nhận thức tư tưởng hay thức là thường hằng, là thực hữu như chúng ta vẫn thường tin như thế. Giống như mọi thứ khác, những phần mà chúng ta luôn luôn thay đổi và được cho là những căn nguyên của bệnh tật hay bức bối là cái mà Đức Phật gọi là đau khổ.

Tiến trình căn bản của nhận thức quán là hoàn toàn dễ dàng và minh bạch. Chúng ta dùng thiền an tịnh để có thể đạt được tịch tĩnh và chú tâm và dùng thiền tuệ để hiểu rõ hơn về sự nhận thức bình thường của chúng ta như thế nào về thân thể, tâm thức và thế giới xung quanh mình. Chúng ta hoảng hốt khi nhận ra rằng, mặc dù các cảm giác và suy nghĩ của chúng ta về những trải nghiệm dường như là thuần nhất và đáng tin. Thực chất, nó méo mó và sai lầm trong một số khía cạnh quan trọng. Nó không đưa đến sự thanh tịnh và an lạc mà dẫn đến sự hoang mang và đau khổ. Những hiểu biết này thúc đẩy chúng ta tiến vào những thiền quán xa hơn với mục đích trưởng dưỡng nhận thức thanh tịnh như những gì Đức Phật đã dạy. Như một kết quả của sự nỗ lực, chúng ta tiến lên trên con đường đưa đến giải thoát bản thân khỏi những bệnh tật, hỗn độn và những hình thái khác của đau khổ thân tâm.

Hai loại thiền này luôn là những chủ đề của những bài giảng và tác phẩm của tôi trong nhiều năm qua. Trong tác phẩm "Chánh niệm bằng Tiếng Anh bình dị", tôi đã nói một cách đơn giản, từng bước từng bước hướng dẫn thiền chánh niệm. Chánh niệm, một giáo lý và thực tập phổ quát của thời đại nhằm loại bỏ stress, thư giãn và trị liệu, thực chất là thiền chỉ và thiền quán. Một hệ thống hoạt động tâm lý đó là nhắm đến kinh nghiệm tỉnh giác liên tục của những gì đang xảy ra ở phút giây hiện tại. Còn tác phẩm "Tám Bước Chánh Niệm để Hạnh Phúc" thì khuyến khích người đọc thực tập thiền chánh niệm để tiến lên con đường thánh tám ngành từ đau khổ đến hạnh phúc miên viễn. Trong quyển "Chánh Định, bằng Tiếng Anh bình dị", tôi giải thích thiền quán giúp ta chuyển hoá những nhận thức bình thường như thế nào và làm sao để đạt được những cung bậc thanh tịnh cao cũng như những trạng thái sáng rực của tâm thức trên con đường ấy. Tác phẩm gần đây nhất của tôi là quyển "Bốn nền tảng của

Chánh Niệm", tôi đã bàn về bài kinh Niệm Xứ, một bài pháp ngắn gọn, súc tích và rõ ràng nhất của Đức Thế Tôn về thiền chánh niệm.

Dẫu rằng, mỗi một bài kinh đều hướng dẫn những lời dạy căn bản của thiền tập. Song, chủ đề vẫn là quan trọng nhất để mà tôi có thể tóm gọn lại ở phần dẫn nhập này là phương thức đơn giản nhất để thực tập thiền samatha hay thiền chỉ được nói đến trong kinh *Girimānanda*, để rồi từ đó, người đọc có thể tự thực tập cho riêng mình. Phàm những ai cần sự hướng dẫn chi tiết hay giúp đỡ để chữa trị những nỗi đau thân xác, rối loạn tâm lý hoặc những vấn đề khác thì có thể tìm đọc tác phẩm "Chánh niệm bằng tiếng Anh bình dị".

Như tôi đã đề cập, bản kinh *Girimānanda* cũng đã hướng dẫn một pháp thiền Vipassana hay thiền tuệ minh sát. Về bản chất, bài kinh này khai mở cách thức liên kết giữa thiền quán và thiền chỉ, điều này có thể giúp chúng ta đạt được một sức khoẻ tinh thần thân thể một cách tráng kiện cũng như chữa trị cảm xúc rất tốt. Nhìn chung, đây là quyển sách bao gồm một số hệ thống hướng dẫn từng bước để chúng ta tiến vào thiền chánh niệm về sự nhận thức của vô thường.

Người đọc có thể mong chờ một loạt của những kết quả tích cực từ việc dấn thân vào sự thực tập nhận thức quán. Theo cấp độ hằng ngày, sự tu dưỡng chánh niệm có thể giúp chúng ta vượt qua những trạng thái tâm lý xáo động, chẳng hạn như tâm sân hận, lòng tham lam, tính đố ky và làm tăng trưởng những cảm xúc tích cực và khoẻ mạnh như sự kham nhẫn, lòng thân thiện, và an tịnh trong tâm hồn. Chúng ta trở nên những người quán chiếu vô tư hơn và khách quan hơn về những gì đang xảy ra bên trong tâm mình cũng như thế giới quanh ta. Bởi lí do này, chúng ta có thể dễ dàng hơn để né tránh những tình huống đưa đến khổ đau và bất hạnh.

Ở cung bậc tâm linh, nhận thức quán có thể giúp chúng ta đi lên một cách vững vàng trên con đường hướng đến giải thoát giác ngộ lìa bỏ khổ đau. Nó cũng đồng thời có thể mang lại kết quả chữa trị đích thực. Chúng ta có thể nói rằng bài Kinh *Girimānanda* không phải là một sự chữa trị bằng niềm tin mà là một hệ thống chữa trị đích thực. Có lẽ, nó hoạt dụng một vài điều giống như khi chúng ta nghe một sự thật chúng ta hân hoan; khi ta đánh giá đúng sự thật mà mình được nghe trí tuệ ta sâu sắc thêm và tâm chúng ta thúc đẩy não bộ và thân thể phát ra những liệu pháp hoá tính. Mặc dù, việc thiền tập tuyệt đối không nên xem như là một phép chữa trị y học, nhưng nhiều người đã xem nó như là một pháp trị liệu bổ sung đầy giá trị cho sự chăm sóc truyền thống.

Tiếp theo, chúng ta bắt đầu khám phá cách mà sự nhận thức hoạt dụng như thế nào và ở đâu, khả năng này phù hợp với sự mô tả thực tế của Đức Phật. Rồi sau đó, chúng ta quay trở lại với bài kinh *Girimānanda* để giải thích chi tiết mười sự nhận thức mà Đức Thế Tôn đã dặn Tôn giả A Nan đến chia sẻ với thầy *Girimānanda*. Với từng cái một, tôi bắt đầu với một trích dẫn từ trong kinh để người đọc có thể chiêm nghiệm lời Đức Thế Tôn một cách trực tiếp. Sau cùng, chúng ta xem xét phương thức chúng ta có thể sử dụng pháp nhận thức quán tuệ minh sát mà Đức Thế Tôn đã kê đơn cho Thầy *Girimānanda* để chữa trị thân tâm. Song, trước hết, ta cần quay lại bài kinh với những chỉ dẫn thực hành về thiền tập.

Bắt đầu Thiền tập

Những sự hướng dẫn sơ khởi trong kinh *Girimānanda* thoạt trông thì đơn giản. Chẳng hạn như, Đức Thế Tôn đã giải thích cho Tôn giả A Nan, với chánh niệm trên hơi thở, hành giả thực tập như:

> *"Ở đây, này Tỳ Kheo, sau khi đi vào rừng, dừng lại bên một gốc cây hay một chỗ đất trống và ngồi xuống. Với tư thế kiết già, nắn thẳng thân, chú tâm đến chánh niệm trước mặt, chánh niệm vị ấy hít vào, tỉnh giác vị ấy thở ra.*
>
> *Hít vào sâu, vị ấy biết rằng: tôi hít vào sâu; thở ra dài, vị ấy biết: tôi thở ra dài. Hít vào ngắn, vị ấy biết: tôi hít vào ngắn, thở ra ngắn, vị ấy biết: tôi thở ra ngắn."*

Rồi, làm thế nào chúng ta sẽ bắt đầu thiền tập dựa trên những hướng dẫn này?

Đến nơi yên tĩnh: mặc dù Đức Thế Tôn gợi ý là một khu rừng, dưới gốc cây hay một chỗ đất trống, với chúng ta, một nơi đơn giản chỉ là chỗ nào đó mà chúng ta có thể ở một mình, tránh xa mọi liên hệ hằng ngày. Nó sẽ không giúp chúng ta phát triển sự chú tâm nếu chúng ta mang theo điện thoại hay laptop. Để chú tâm đến sự tập trung, chúng ta cần tránh những sự xao lãng kể cả nội tại lẫn ngoại tại.

Chọn một tư thế ngồi vững chãi và thư thái: Đức Thế Tôn chỉ dẫn ngồi xuống, bắt chéo chân và giữ lưng thẳng đứng. Ngày nay, nhiều người thực tập thiền trong khi ngồi bắt chéo chân trên nền nhà với tấm bồ đoàn bên dưới. Tuy nhiên, chúng ta cũng có thể thiền tập khi ngồi trên một chiếc ghế hay thậm chí trong bất kỳ hoàn cảnh thích hợp nào, khi đang đứng, đang đi, hay đang nằm. Mục đích là làm cho thân được an trụ và thư giãn, và chính thân ngay thẳng đứng hay bất kỳ tư thế nào mà chúng ta có thể duy trì trong thời gian dài mà không phải thay đổi, chỉnh lui chỉnh tới.

Điều sự chú ý đến giây phút hiện tại: như Đức Thế Tôn đã hướng dẫn, chúng ta phải để chánh niệm lên phía trước. Chúng ta theo sự hướng dẫn này bằng cách luôn nhớ rằng quá khứ đã qua và tương lai thì chưa tới. Duy chỉ phút giây hiện tại, chúng ta mới thực sự ở đây, ngay trước mặt và là những gì đang là.

Hướng tâm đến hơi thở vào ra: một điểm chú tâm giản đơn sẽ giúp ta an trụ tâm. Nơi tốt nhất để chiêm nghiệm hơi thở tuần hoàn là chỗ mà không khí tiếp xúc và cọ xát với vành mũi suốt quá trình ta hít vào và thở ra.

Tỉnh thức nhận biết khi hơi thở dài ngắn: điều này không có nghĩa là chúng ta phải cố gắng kiểm soát hơi thở của mình, phải ép buộc hơi thở của mình dài hay ngắn. Thay vào đó, chúng ta hướng sự chú tâm đến sự thay đổi tự nhiên trong từng nhịp thở của mình. Thiền Phật giáo không phải là bài tập thở. Mà đúng hơn, chúng ta sử dụng hơi thở, những điều luôn hiện hữu cùng chúng ta như một điểm chú tâm giúp chúng ta phát triển sức định và chánh niệm.

Hãy nhẹ nhàng và bền bỉ: thiền thường được gọi là sự thực tập. Từ này nhắc nhở chúng ta rằng chúng ta không thể mong chờ trở thành một thiền giả điêu luyện ngay lần đầu tiên được, chúng ta phải cố gắng luyện

tập hai, ba, mười hay ngàn lần như thế. Hãy chọn một thời gian thích hợp, yên tĩnh và hoàn toàn không phải xô bồ. Nhiều người chọn sáng sớm, trước khi vùi đầu vào công việc bộn bề hằng ngày; hoặc cũng có thể là buổi tối nếu thời gian đó họ tỉnh táo và sảng khoái, đó hoàn toàn là một lựa chọn tốt. Hãy thiết lập một thời khoá đều đặn cũng như không gian yên tĩnh để thực tập mỗi ngày, đây cũng chính là cách để khuyến khích và động viên sự thực tập bản thân.

Hãy linh động và tích cực: Hãy đảm bảo cho thời gian thực tập thiền đủ dài cho tâm trí được an trụ. Nhiều vị chọn thực tập 20 đến 30 phút mỗi ngày và họ làm rất tốt, thậm chí 5 đến 10 phút cũng ổn vào những ngày chúng ta quá bận rộn. Lâu dần, chúng ta ngồi và chú ý nơi hơi thở và chúng ta cảm nhận được thư giãn hơn, dễ chịu hơn. Nó sẽ chẳng giúp ích gì khi chúng ta coi việc hành thiền như một nghĩa vụ hay việc vặt vãnh. Hay đúng hơn, hãy coi đây là một công việc mà chúng ta mong mỏi được làm, được tận hưởng do bởi sự thư thái và thanh thản mà nó mang lại cho thân và tâm cũng như giúp ích nhiều cho thể xác và tâm trí chúng ta.

PHẦN I: SỰ NHẬN THỨC

* 01 *
Nhận Thức Là Gì?

Nhận thức đối với Đức Phật là thuần tịnh và giản đơn. Khi nhãn căn tiếp xúc với nhãn trần, cái thấy nó tự nhiên như thế mà không có bất kỳ niệm phân biệt nào. Như Ngài đã từng dạy trong Tương Ưng Bộ Kinh rằng:

> *"Này Chư Tỳ kheo, tại sao gọi là nhận thức (tưởng)? Nó thấy biết, này các Tỳ Kheo, do đó, nó gọi là nhận thức (tưởng). Và ở đây, nó nhận biết cái gì? Nó nhận biết màu xanh, đỏ, vàng, trắng. Nó nhận biết. Do đó, này các Tỳ Kheo, nó gọi là sự nhận thức."*
>
> Tương Ưng. Phẩm Thiên Uẩn. 22.

Những loại nhận thức chuyển tải thông tin như màu sắc của một đối tượng được gọi là nhãn thức. Như Đức Thế Tôn đã giải thích rằng, tiến trình của nhãn thức này vận hành như sau: khi nhãn căn tiếp xúc với bất kỳ đối tượng hay nhãn trần nào như một cành hoa, ý thức sinh khởi trong tâm trí. Sự tiếp xúc giao thoa của ba thứ nhãn căn, cành hoa và thức này được gọi là xúc. Tuỳ thuộc vào xúc mà thọ sinh khởi. Thọ là một trong năm chi phần của trạng thái tâm lý bao gồm, xúc, thọ, tưởng, tư, niệm. Cái gì chúng ta cảm thọ cái ấy chúng ta nhận biết. Rồi, chúng ta nghĩ về những điều mà mình nhận biết. Sự suy nghĩ bắt đầu cho một quá trình nhận xét mà chính điều này dẫn đến mống tâm phiêu đăng.

Hãy thử tưởng tượng, giả như có một bông hoa trước mắt chúng ta. Hai mắt chúng ta bắt gặp nhành hoa ấy ngay từ lúc mắt chúng ta mở. Nhãn thức lập tức sinh khởi. Nương nơi ba yếu tố là mắt, nhành hoa và nhãn thức mà nhãn xúc hiện hành. Các cảm giác khó chịu, dễ chịu hay trung lập khởi lên phụ thuộc vào nhãn xúc này mà ra. Lúc bấy giờ, tâm đã nhận biết hoặc nhận thức được nhành hoa. Những ý nghĩ như "tôi thích màu này", "tôi không thích màu này", khởi lên trong tâm do từ các màu xanh, đỏ. Tuỳ nơi sắc màu của cành hoa mà chúng ta đã được ngắm nhìn trong quá khứ hay sắc màu cánh hoa sẽ được thấy trong tương lai mà tâm chúng ta bắt đầu móng khởi nhiều tâm tư. Sự phóng tâm này có thể theo nhiều chiều hướng tuỳ thuộc những đặc tính tự thân của cành hoa ấy như kích thước, đặc tính, ý nghĩa, hình dạng, thành phần cấu tạo hoá học, công dụng, nó mọc ở đâu, lớn lên như thế nào. Tương tự như thế, sự phóng tâm cũng tương tác với âm thanh, mùi vị, va chạm và ý nghĩ. Cho nên, sự nhận thức về thị giác thực chất là sự liên kết của mắt, sắc, thức, xúc, niệm và thọ.

Tất nhiên, thức liên hệ đến tâm và hoạt dụng của nó. Nó là nền tảng cho các yếu tố tinh thần khác biểu thị chức năng của chúng. Xúc sinh khởi chỉ khi các căn, cảnh, và thức cùng hiện khởi. Sự chú tâm hay niệm lúc này là một yếu tố tâm thức có mục đích làm cho thức hướng đến những đối tượng riêng biệt. Cảm thọ theo sau bởi sự nhận thức. Và rồi, chúng ta nghĩ về cái được nhận biết. Suy nghĩ chính là bất kỳ trạng thái chú ý nào của tâm và bao hàm cả hai lĩnh vực đó là ý tưởng và phản ứng cảm xúc. Nếu như thức không có mặt thì cảm thọ, sự nhận biết, suy nghĩ, và dán tâm đến bất kỳ đối tượng nào cũng đều không hiện khởi.

Những tiến trình tâm thức tương tự hiện khởi cùng với sự liên hệ đến tất cả các căn của chúng ta. Có sáu căn theo tư tưởng Phật giáo đó là nhãn, nhĩ, tỷ, thiệt, thân và ý. Chẳng hạn như mối liên hệ của tai, âm thanh, thức, xúc, và cảm thọ khơi dậy sự nhận thức về âm thanh. Cũng vậy, sự gặp gỡ của mũi và mùi, lưỡi và vị, thân thể và va chạm, hay ý và đối tượng thuộc tâm pháp như những ý nghĩ, tư tưởng, ảnh của tâm, cảm xúc, thức sinh khởi, xúc, thọ, niệm, và như vậy sự nhận thức hiện hành.

Chức năng của sự nhận thức là nhận biến hoặc dùng theo nghĩa thân thuộc hơn đó là nhận biết một đối tượng. Bởi vì quá trình của sự nhận thức xảy ra rất nhanh, chúng ta có thể không nhận ra được rằng mỗi hoạt động nhận thức là cả một chuỗi của các bước tâm lý bên trong để giúp chúng ta hiểu được một điều gì đó. Sự nhận thức thực chất nằm bên trong tâm mình. Ở cấp độ đơn giản nhất, Nhận thức quán cho chúng ta cơ hội để trở nên ý thức được vai trò của tâm và những hành vi của nó trong việc quyết định sự nhận thức của chúng ta. Và quan trọng hơn nữa, đó chính là quyết định những lời chúng ta nói những hành động chúng ta làm phản ánh lại sự nhận thức của chính mình.

Sự nhận thức có ảnh hưởng rất lớn bởi trong điều kiện quyết định để sinh khởi những nét đặc thù của đối tượng hay ảnh tượng của đối tượng, chẳng hạn như màu sắc, hình dáng, kích thước hay độ cứng thì những suy tưởng theo sau sự nhận thức cũng phân biệt bất cứ thứ gì mà chúng nhận biết như là vừa ý hay bất như ý hoặc có thể là không phải cả hai. Đức Thế Tôn đã dạy rằng dục lạc hay ái nhiễm sinh khởi một cách tự nhiên trong một tâm trí phóng dật chưa từng được tôi luyện, và khi nó bắt gặp những gì đang diễn ra là hạnh phúc, là tươi đẹp tràn đầy hấp dẫn. Những điều bất như ý, ác cảm khởi lên khi tâm chúng ta đối diện với những thứ bị coi là khó chịu, xấu xa, hay đáng ghét. Chúng ta thường quên đi hay ít chú ý đến những thứ mà chúng ta nhận biết là vừa lòng hay không vừa lòng. Và trên thực tế, những gì chúng ta biết đó là các cảnh hay các đối tượng nhận thức thì bản thân chúng hoàn toàn không có bất kỳ một dấu hiệu hay bản chất là đẹp đẽ hay xấu xí, đáng yêu hay đáng ghét, dễ thương hay không

dễ thương cả. Chúng chỉ là những tư tưởng về những gì được nhận biết rồi phân biệt, nhóm loại và rồi nó đưa đến những phản ứng của chúng ta.

Khi chúng ta quán chiếu tiến trình nhận thức với chánh niệm nghiêm mật, chúng ta trở nên rõ ràng rằng sự nhận thức vận hành dựa trên những thông tin đã được lưu giữ trong tàng thức trước đó mà thôi. Từ trí nhớ và kinh nghiệm quá khứ làm cho tâm chúng ta đưa ra những nguyên nhân để giải thích vì sao chúng ta tin những điều chúng ta nhận biết là dễ thương hay đáng ghét. Ngày nay, một hệ thống các trường lớp giáo dục nghệ thuật cũng như đánh giá âm nhạc chẳng hạn như chương trình nấu ăn trên tivi, họ dạy cách phân chia và đánh giá các hình thái, âm thanh, mùi vị, va chạm và ý tưởng khác nhau. Tuy nhiên, bất kỳ một nhận xét đánh giá nào chúng ta phán quyết về những gì chúng ta nhận biết đều là sản phẩm của tâm tưởng chính mình mà thôi. Dẫu cho chúng ta tin rằng những đặc trưng mà chúng ta gán cho đối tượng như thế và kinh nghiệm về các phần của bản thân đối tượng như nhỏ, lớn, ngọt ngào hay khó chịu, hoà hợp hay chống trái; và khi chúng ta chiêm nghiệm kỹ càng thì những điều chúng ta cho là như thế, tất cả đều giả tạo và chủ quan. Sự chú tâm chánh niệm nhắm đến sự nhận thức thanh tịnh, đó là sự chú ý không có điều kiện cá nhân, không có ái nhiễm, ghét bỏ hay những uế nhiễm khác.

Chúng ta có thể tự làm sáng tỏ rằng sự nhận thức là nguỵ tạo và chủ quan bằng cách nhớ nghĩ cái cách mà con người thường không bao giờ đồng ý với nhau rằng đó là đẹp hay xấu, ngon hay dở, dễ thương hay đáng ghét về một công việc nghệ thuật riêng lẻ, một món ăn, một phong cách kiến trúc, về quần áo, hay thể loại âm nhạc. Hơn nữa, các quan điểm thường thay đổi theo thời gian và không gian, từ thập kỷ này sang thập kỷ khác, từ nước này đến nước nọ, từ thời gian trước và sau của cuộc đời. Thí dụ như, lúc nhỏ, chúng ta có thể không thích nhạc cổ điển, nhưng khi lớn lên lại cảm thấy thích thú. Sự nhận thức của chúng ta cũng thay đổi theo hoàn cảnh như thế. Hoa hồng vàng có thể rất đáng yêu khi ta ngắm nhìn chúng dưới ánh nắng ngày hè trong khu vườn xanh mát, nhưng sẽ là một sự đau thương khi ta cầm chúng đặt lên nấm mộ người ta thương vừa mới khuất. Cũng như thế, khi chúng ta đau thì dù những món ngon thường ngày ta hay ăn và rất thích cũng trở nên đắng chát và nhàm chán.

Cho nên, chúng ta có thể sẽ tự hỏi rằng đâu là sự nhận thức chân thật và đáng tin? Theo những lời Đức Thế Tôn dạy, chỉ có những đặc tính tự nhiên của các pháp và kinh nghiệm là vô thường, khổ và vô ngã. Vô thường chỉ cho sự thật rằng qua thời gian, mọi thứ để thay đổi, hư hại và hoại diệt. Không ai là ngoại lệ, không một ai bất tử cho dù đó là Đấng Thế Tôn cao quý. Không gì là ngoại lệ, bất kể ngọn núi kia nó rắn chắc và lâu dài theo sự nhận thấy của chúng ta như thế nào, thì mỗi sát na trôi qua là một sự hao mòn trong thân nó. Bởi vì vạn vật đều thay đổi và biến mất, không một thứ gì tồn tại miên viễn để đem lại cho chúng ta sự thoả mãn sau cùng được. Chúng ta càng dính mắc vào nơi ai hay cái gì thì chúng ta càng đau khổ khi chúng bỏ ta đi. Như khi chúng ta mất một món đồ trang sức yêu thích, khi người thân bỏ ta đi. Bởi vì vạn pháp vốn vô thường, không như ý.

Với những lí do tương tự, do vạn pháp luôn luôn thay đổi, Đức Thế Tôn cũng đã từng dạy, vạn pháp vốn vô ngã. Và như chúng ta đã lưu ý ở trên, không có gì mà chúng ta nhận thấy là đẹp hay xấu, đáng khao khát hay đáng ghê tởm như là một đặc tính tự nhiên cả. Sự vật và con người bao gồm cả bạn là luôn luôn vận động, luôn luôn thay đổi. Những gì sinh ra trong sự đánh giá của chúng ta đến cuối cùng rồi cũng đều sai trái cả. Bất cứ cái gì ta yêu quý rồi cuối cùng cũng đến chỗ giã từ, và những gì làm ta hạnh phúc rốt cuộc sau cùng cũng chỉ còn lại toàn khổ đau mà thôi. Quả thật sự giống nhau của chúng là không bao giờ chịu đứng yên và tính chất của chúng là không chắc chắn và vĩnh cửu, do đó ta nói rằng vạn vật tồn tại mà thiếu chủ thể và linh hồn trường cửu nào cả.

Cho nên, nói một cách khái quát, từ những quan điểm như vừa trình bày đến đạo lộ thênh thang thì chúng ta phải theo nếu chúng ta muốn thoát khỏi những ràng buộc và khổ đau. Trau dồi thiền tập chánh niệm và sử dụng tuệ minh sát sẽ cho chúng ta có được nhận thức về sự vô thường của con người và vạn vật cũng như bảo vệ chúng ta khỏi những thống khổ đau thương của ái dục luôn bám lấy triền miên. Dần dà, ta sẽ thấy rằng đau khổ đơn thuần chỉ là một trạng thái của tâm. Nó hiện khởi bên trong ta chứ không phải bên trong các đối tượng mà chúng ta nhận thấy. Chính vì lí do đó, Đức Thế Tôn đã từng dạy, ái dục và tham đắm mà đặc biệt là tham đắm và luyến ái vào những thứ vô thường, bất như ý và vô ngã là nguyên nhân đưa đến khổ đau. Nhận thức quán sẽ giúp chúng ta đạt được sự giải thoát sâu sắc này.

Tưởng và Các Uẩn

Như đã đề cập ở trên, sự nhận thức hay còn gọi là tưởng[1] trong trường hợp này là một trong năm uẩn của thân tâm được Đức Thế Tôn chỉ dạy, nó bao gồm sắc, thọ, tưởng, hành và thức. Những thành phần này thường được gọi là Ngũ Uẩn[2] tức năm khối tập hợp, nó bao gồm mọi khía cạnh có thể của thực tại. Sắc liên đến những thứ vật chất, những thứ mà các căn của chúng ta có thể nhận thấy được gồm những phần khác của thân thể của chính chúng ta.

Bốn uẩn kia bao gồm tất cả những ý niệm của tâm đã từng trải qua. Cảm thọ, như chúng ta đã thấy, có thể là vừa lòng hay không vừa lòng hoặc cũng có thể là trung tính. Những tư tưởng, trí nhớ, tự tưởng tượng, hay

---

[1]   Pali: *saññā,* Sanskrit: *saṃjñā.*

[2]   Pali: *pañca-khandha,* Sanskrit: *pañca-skandha.*

mơ mộng có thể khởi lên tuỳ thuộc và những cảm thọ mà chúng ta cảm nhận. Khi chúng ta có một buổi tối ngon miệng thì chúng ta sẽ nhớ nó và có thể nghĩ về nó. Khi ta có một cảm giác không vừa lòng, tư tưởng chúng ta và tâm trí chúng ta suy nghĩ và ghi nhớ về chúng cũng không vui vẻ như thế. Như chúng ta đã nói rằng, cảm thọ sinh ra trong tâm là bởi vì sự tiếp xúc giữa các căn, một đối tượng hay ảnh tượng hay thức. Khi chúng ta cũng nói như thế thì tập hợp của sự nhận thức sinh khởi hay khác hơn là tưởng uẩn có mặt trong tâm như một kết quả của sự kết nối giữa các căn và các trần, các căn với các đối tượng bên trong lẫn bên ngoài, xúc, niệm, thức và thọ.

Hành uẩn[3] bao gồm các loại hoạt động của tâm trí như ý tưởng, những tưởng tượng, sợ hãi, các phản ứng cảm xúc. Cách đơn giản nhất để hiểu được uẩn này chính là chúng ta xem như những yếu tố cấu tạo nên hành động đơn giản là các đối tượng thần kinh, đối tượng thuộc tâm mà chúng ta nhận biết nội tại. Nó cũng vô cùng quan trọng khi các hành này là tích cực và hữu ích, chẳng hạn như thương yêu thân thiện, tin tưởng, và lời Đức Thế Tôn dạy cũng như tin vào Ngài, và một số các hành khác thì bất thiện và não hại chẳng hạn như nóng giận, hoài nghi ngờ vực rằng những lời dạy của Đức Thế Tôn có thể tạo ra sự sai biệt trong cuộc đời mình.

---

[3]   Nguyên bản tiếng Anh, tác giả dùng chữ "thought", tuy nhiên trong ngữ cảnh như thế thì ở đây, người dịch dùng chữ "hành" thay vì chữ tư tưởng hay ý nghĩ, tư duy thông thường. "Hành", Pali là *saṅkhāra*, Sanskrit là *saṃskāra*. Nó là yếu tố cấu tạo hành động với chức năng đưa tâm hướng về đối tượng để nhận biết hay trải nghiệm để lưu xuất ra hành động.

Uẩn thứ năm đó chính là thức[4] uẩn, điều này có thể khó mà lĩnh hội thấu triệt. Thức là sự nhận thức, cái biết. Thi thoảng chúng ta dùng ý tự biểu đạt chức năng để chỉ cho tự thể nghĩa của nó là tâm hay là thức. Theo Đức Thế Tôn thì thức hay tâm thức vốn bản chất là thanh tịnh, với ý nghĩa này nó chiếu soi vạn vật, gồm cả sự nhận thức của chúng ta. Thực chất, nó không có cái gì gọi là duy tâm hay duy thức. Chúng ta suy ra sự có mặt của tâm hay thức căn bản dựa trên ngữ cảnh đơn độc của nó hiện hữu nội tại. Do đó, chúng ta có thể nói rằng thức luôn luôn liên đới với sự nhận thức hay tưởng, cảm xúc hay các đối tượng thuộc tâm pháp khác.

Nhận thức quán và các uẩn

Một trong những cách tốt nhất để thấu tỏ ngũ uẩn đó là hãy chánh niệm về chúng trong khi thực hành thiền tập trên hơi thở như cách đã giải thích ở phần giới thiệu. Chánh niệm trên nhận thức quán về Ngũ Uẩn là dựa trên sự giới thiệu của Đức Thế Tôn cho các Thầy Tỳ Kheo. Như Đức Thế Tôn đã nói đến trong Kinh Pháp Cú, những lời dạy của Ngài- là Pháp Chân Thật- nên được nhận biết trong bản thân mỗi người:

> *"Ai không hộ trì Pháp*
>
> *Chỉ ham thích nói nhiều,*
>
> *Chẳng bằng người nghe ít*
>
> *Thân hành phụng trì Pháp*

---

[4]   Pali: *viññāṇa,* Sanskrit: *vijñāna,* khi dùng sang tiếng Việt tuy một số phạm trù đồng âm dịch là 'thức' nhưng tính nội hàm của nó hoàn toàn khác với 'thức' khi dùng nghĩa 'mind' phổ biến trong, '*citta, mano, viññāṇa*'.

> *Chưa từng rời bỏ Pháp*
>
> *Ấy mới thực trì Pháp"*
>
> *Pháp cú 259.*

Đây là cách mà chúng ta có thể thực tập loại thiền này.

- Khi chúng ta chú tâm lên vòng liên tục của hơi thở ra và hơi thở vào, chúng ta nhẹ nhàng điều sự chú tâm của mình để nhận biết mỗi chi phần của Ngũ uẩn.

- Chúng ta trở nên tỉnh giác rằng bản thân hơi thở cũng đã là sắc uẩn. Các căn của chúng ta nhận biết những hơi thở ra vào trong thân, cả hai trên thành mũi và sự phồng lên xẹp xuống của bụng theo hô hấp ra vào. Chúng ta cũng có thể trải nghiệm thân thể là sắc uẩn bởi những cơn đau lưng, đau cổ khi chúng ta ngồi.

- Chúng ta chánh niệm tỉnh giác với Thọ uẩn bởi sự nhận biết cái cảm giác khó chịu nhẹ hay lo lắng khi chúng ta trải nghiệm phổi mình như trống rỗng; và cảm giác vui thích nhè nhẹ khi ta hít vào.

- Chúng ta trở nên chánh niệm với tưởng uẩn khi nhận biết các thân thọ của hơi thở và cảm giác vừa lòng hay không vừa lòng khởi lên từ hơi thở.

- Chúng ta trở nên chánh niệm với hành uẩn bởi các chú ý và tư tưởng chẳng hạn như tín hay nghi và các cảm xúc như thân thiện hay hấp tấp, chúng sinh khởi trong lúc ta đang thở.

- Chúng ta trở nên chánh niệm trên thức uẩn bởi những thay đổi nhận thức trong bốn uẩn trên khi chúng ta hít thở các cảm giác thay đổi trong thân, những cảm xúc như hài lòng, bối rối, lo

lắng, sự nhận thức về các đối tượng nội, ngoại tại, sự sinh ra và mất đi của các luồng suy nghĩ hay cảm xúc. Chúng ta thấy rằng thức tự thân nó thay đổi trong từng sát na. Trên thực tế, tất cả năm uẩn đều luôn thay đổi không ngừng theo những cách vi tế hay tổng thể khác nhau.

- Mục tiêu của chúng ta là nhận biết bất cứ cái gì sinh khởi và đoạn diệt với một thái độ bình lặng, công tâm, không dính mắc nơi những hưởng thọ lạc thú và cũng không đoạn tuyệt trải nghiệm bất như ý. Thái độ trung lập là chìa khoá của chánh niệm. Khi thực tập và chúng ta thấy được rằng, mình khó có thể chú tâm đến bất kỳ đối tượng thiền tập nào trừ khi chúng ta nhận biết nó một cách vô tư. Khi chúng ta chấp nhận những cảm giác như lo lắng bất an hay yêu thương đắm đuối để tô điểm cho sự nhận thức của mình, bản thân những cái đó sẽ tiến triển lên hàng đầu của thức. và sự tỉnh thức của ta về hơi thở sẽ bị đẩy lùi.

- Một khía cạnh quan trọng bậc nhất trong phương pháp thiền quán này đó chính là hãy trở nên chánh niệm trong mỗi phút giây thoáng qua với nhận thức đã được đánh dấu bởi vô thường. Khi sự thực tập thiền quán của chúng ta sâu hơn, ta có được những kinh nghiệm về việc chú tâm đến hơi thở, nhận biết được những cảm giác nơi thân, các cảm thọ, tư tưởng và cảm xúc là vô thường, trong khi đó ở cùng thời gian duy trì chánh niệm của sự nhận thức không thiên lệch.

Tại sao sự nhận thức không thiên lệch lại quan trọng đến thế?

Tu tập nhận thức trung đạo trong suốt quá trình thiền toạ là tối ưu quan trọng bởi vì những ái nhiễm khởi lên trong tâm cho bất kỳ uẩn nào trong năm uẩn đều chặn đứng khả năng đi đến sự giải thoát khổ đau của chúng ta. Như một vị Đại đệ tử của Đức Thế Tôn, Ngài *Mahakaccana*[5] đã giảng dạy cho Cư sĩ *Haliddakani* rằng sự nhận thức như là một căn nhà thức, các uẩn kia cũng thế. Ái nhiễm và các sắc thái khác giống như những sợi dây xích trói buộc chúng ta nơi các uẩn, và do đó cuộc sống tương tục luân hồi luôn đầy dẫy bất an, đau khổ. Như Đức Thế Tôn đã dạy trong bài Kinh Haliddakani rằng:

> *"Này gia chủ, các yếu tố về sắc là nhà của thức, một ai có thức bị trói buộc bởi các tham ái của các yếu tố sắc thì được gọi là kẻ vật vờ trong ngôi nhà ấy. Thọ giới cũng gọi là nhà của thức. Tưởng tố cũng gọi là nhà của thức, hành tố cũng gọi là nhà của thức, ai có thức mà bị trói buộc bởi các yếu tố hành thì đều được gọi là kẻ du mục trong căn nhà của thức. Trong cùng một cách như thế họ vật vờ trong ngôi nhà như thế."*
>
> (Tương Ưng, 22).

Khi chánh niệm của chúng ta trở nên vững chãi hơn, chúng ta thấy rằng toàn bộ Pháp được khắc sâu trong thân và tâm mình. Nếu chúng ta chỉ tập trung tâm trí vào sự nhận thức các ngoại pháp, chúng ta không thấy Pháp mà đã mang theo bên mình suốt cuộc đời này. Chúng ta tựa như những người mù đi loanh quanh với một cái túi đầy dẫy kim cương mà không biết được rằng cái bao ấy giá trị biết bao nhiêu. Thay vào đó, khi chúng ta chú ý vào sự nhận thức của thân và tâm mình, chúng ta sẽ khám phá ra rằng mình đang mang một kho báu. Sự khám phá những mục tiêu nội hàm này, chúng ta tìm ra không có gì ngoài con đường giải thoát, sự giải thoát vĩnh cửu khỏi khổ đau.

---

[5] Sanskrit: *Maha Kātyāyana*; Pali là *Kaccāna, Mahākaccāna, or Mahākaccāyana,* 迦旃延, vị lý luận bậc nhất trong các vị Thánh Đệ tử.

* 02 *
Nhận Thức Nhiễm Ô

Như chúng ta đã cùng nhau thảo luận ở trên, sự nhận thức về bản chất ban sơ của nó là thanh tịnh và vô nhiễm. Song, nó cũng vô cùng mong manh và dễ bị xâm nhiễm hay phá vỡ, trở nên méo mó bởi con vi rút mang tên khái niệm. Hằng ngày, tâm trí chúng ta bị tấn công liên tục bởi vô số những khái niệm. Những ý tưởng, dữ liệu ghi nhớ, trí nhớ, những ảnh tưởng từ trải nghiệm dĩ vãng, thông tin cảm giác của các giác quan từ trải nghiệm hiện tại và những ao ước, mong muốn và mơ mộng cho những kế hoạch trong tương lai. Chúng luôn luôn dấy khởi và mất hút một cách liên tục. Mỗi ngày, chúng ta dành rất nhiều thời gian cho việc tiếp xúc, nói chuyện, học tập, nghe những người khác và việc khác. Tất cả những thông tin đó tạo ra một khối lượng thông tin khổng lồ, một số lượng mênh mông bao la những khái niệm bên trong tâm trí chúng ta. Đức Thế Tôn đã giải thích rằng, khi chúng ta nắm giữ quá nhiều những khái niệm, những thứ mà chúng ta vẫn thường gọi là "sự phát triển thuộc về khái niệm" *(conceptual proliferation)*, sẽ quấy nhiễu sự nhận thức của chính mình. Như chúng ta đã bàn, sự nhận thức phát sinh sau cảm giác. Ngay khi ta nhận biết một đối tượng bên trong hoặc bên ngoài, cảm giác phát khởi dựa trên những khái niệm đã được cất dấu bên trong tâm trí[6], tô vẽ cho sự nhận thức và che lấp khả năng thấy bản chất của các pháp vốn như chúng là.

Ta thử xem xét một ví dụ như sau: giả dụ như chúng ta thấy cái mũi của ai đó. Những khái niệm được cất giữ trước đó trong tâm trí khởi hiện ra và tái tạo trong thức của mình làm cho ta tin rằng cái mũi kia là đẹp hay xấu. Tiếp theo, ta thấy một bờ môi của ai kia. Lại nữa, những thông tin được lưu giữ trước đây khiến cho chúng ta tin rằng đôi môi ấy là xinh xắn hay xấu xí. Tương tự như thế, ta thấy đôi mắt người này người kia, lông mày, mái tóc, răng, hay lông tay lông chân hoặc làn da. Tâm trí chúng ta đã lưu giữ vô vàn những khái niệm về đặc tính riêng biệt của mỗi cá thể như thế. Tất cả những thông tin này chứa thêm vào những nhận xét của chúng ta là tích cực hay tiêu cực của mỗi nét đặc thù mỗi người. Một khi chúng ta gia thêm những phán xét mang tính khái niệm này với nhau, chúng ta tin rằng những gì ta thấy là một gương mặt đáng yêu hay là một gương mặt đáng ghét. Tương tự, ta thêm vào nhiều khái niệm với những liên hệ đến tay, chân, ngón tay, móng tay hay bất cứ bộ phận khác của thân thể con người. Và kết quả, chúng ta quả quyết những gì chúng ta thấy là một con

---

6 Đây cũng có thể hiểu theo phạm trù của Duy Thức Học, Tâm mà người viết theo ngữ cảnh này chính là cái kho tàng chứa những khái niệm- -strorehouse, nó chứa các thức mầm mống, khái niệm, nhau thai để khi đủ duyên sẽ sinh thành quả hiện hành, như những gì वसुबन्धु đã định nghĩa 'विपाको मननाख्यश्च विज्ञप्तिर्विषयस्य च - तत्रालयाख्यं विज्ञानं विपाकः सर्वबीजकम्' - *Vipako mananākhyaś ca vijñaptir viṣayasya ca Tatrālayākhyaṃ vijñānaṃ vipākaḥ sarvabījakam.*
'Khái niệm', ở một cách hiểu khác chúng là những định danh cho các chủng tử hữu vi hay vô vi theo Abhidhamma của Theravāda, như những pháp con của *Paññapti*: *'Tesam tesam dhammānaṃ, sankha samañña paññapti, vohāro nāmam nāmakammam, nāma deyyaṃ nirutti abhilāpo Vyanjanam.*

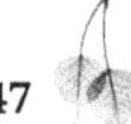

người đẹp hay một con người đáng ghét.

Tuy nhiên trong thực tế, tất cả những gì ta được nhận thức là mắt, tai, mũi, miệng, răng, da, tóc, tay, chân hay gương mặt chỉ là trong cảnh tưởng quy ước. Những bộ phận của cơ thể bản thân chúng là không đẹp cũng chẳng xấu. Và cũng chẳng có con người nào là xấu hay đẹp hoàn toàn. Những gì đã đang diễn ra đơn thuần chỉ là những khái niệm, ý tưởng, quan niệm, niềm tin và nhiều loại khác của mối liên hệ điều kiện đã chịu sự ảnh hưởng của sự thức của chúng ta. Về bản chất, sự nhận thức của chúng ta đã bị méo mó. Chỉ khi nào chúng ta có thể chuyển hoá những sự sai chạy này có thể chúng ta nhận thức được sự thật đơn giản của những gì xảy đến đối với các căn.

Nhận thức nhiễm ô hay nhận thức sai lệch là một vấn đề nan giải, bởi chúng đưa đến những chấp thủ, tham ái và thù hằn. Chúng ta trở nên tham đắm và luyến ái với bất cứ cái gì chúng ta tin tưởng lầm lạc sẽ mang đến cho ta những niệm an lạc tối hậu. Chúng ta dẹp bỏ hoặc ghét bất cứ gì ta lầm tưởng sẽ làm cho ta đau đớn hay bất an. Những phán xét này là sai lầm bởi lẽ chẳng có gì là thường hằng, vĩnh cửu có thể mang cho chúng ta niềm an lạc hay bất hạnh tối hậu cả. Hơn thế nữa, giống như những thuộc tính được sản sinh từ tâm trí trong suốt quá trình của sự nhận thức, những cái như là 'tôi', 'của tôi', 'là tôi' là những khái niệm giả tạo cốt lõi và vị kỷ. Dù chúng ta tin chúng là một phần của bất cứ cái gì chúng được chúng ta nhận biết, thì thực chất chúng là những sản phẩm lệch lạc của tâm mà thôi.

Chẳng hạn như, chúng ta thấy một bức tranh. Những gì chúng ta thực sự nhận biết, như định nghĩa về sự nhận thức của Đức Thế Tôn, nó là một miếng giấy với nhiều màu sắc và những hình tượng trên đó, hay một bức tranh được tạo thành với các điểm màu của ánh đèn trên màn hình máy tính. Nhưng, cái chúng ta thấy lại là 'bức tranh của tôi', 'hình tôi', 'của tôi'.

Không nơi nào trên bức tranh hay trên màn hình máy tính là những khái niệm 'tôi', 'của tôi', 'là tôi' trên đó cả. Những ý nghĩ này từ những thông tin thuộc về khái niệm đã được lưu giữ trước đó ở trong tâm thức. Chúng ta lấy những khái niệm này và quy ước cho bức tranh, tác động trực tiếp lên sự nhận thức thanh khiết của bản thân để chúng ta phát triển sự luyến ái hay ghét bỏ về các phần của bức tranh 'tôi', như 'tóc của tối sáng loá' hay là 'cái cằm chẻ của mình xấu quá'. Thiền tập chánh niệm giúp chúng ta thấy những khái niệm khởi lên từ trong tâm mình, mà không phải từ nơi các đối tượng được nhận biết. Vạn pháp chỉ là chủ thể để thay đổi. Một vài điều chúng ta quan tâm đến như là 'tôi', 'của tôi', chỉ là một đối tượng vô thường của sự nhận thức không hơn không kém.

Những tác động của những lối nhận thức này có sức ảnh hưởng sâu rộng. Biết bao nhiêu vấn đề xuất phát từ những quan niệm 'tôi', 'của tôi', 'là tôi', là 'đất nước tôi', là 'tôn giáo tôi'? Làm thế nào có thể thoát ra khỏi những lối nhận thức này khi bất kỳ cái gì đó đe doạ đến một đối tượng hay một con người trong cuộc sống của chúng ta mà liên quan đến 'của tôi'. Mọi hình thái xung đột trong gia đình cho đến chiến tranh thế giới đều liên quan đến một căn nguyên chung đó chính là những quan niệm lệch lạc. Những thành viên trong gia đình cãi vã lẫn nhau vì một mẩu quảng cáo cũng bởi vì tin rằng chúng thuộc về cái 'tôi'. Một trận đánh nổ ra cũng vì một mảnh đất giữa hai nước cũng bởi vì 'của tôi'.

Tựa Như Ảo Ảnh

Những nhận thức lệch lạc giống như ảo ảnh hư nguy vậy. Bị lừa dối bởi ảo ảnh, một con nai chạy nhanh theo những gì nó nhận thấy như một nguồn nước. Khi nó chạy, nó thấy rằng những vũng nước ảo ảnh vẫn xa xăm phía trước mắt nó. Rồi nó cứ tiếp tục chạy lại để uống. Cho đến khi nó đã thấm mệt và cảm thấy khát, nó dừng lại và quay đầu nhìn lại. Và nó đã thấy nó chạy quá khỏi vũng nước. Lúc nó chạy ngược trở lại thì vẫn cứ

thấy vũng nước cứ trước mặt nó. Nó cứ chạy tới rồi chạy lui chạy lui rồi chạy tới cho đến khi nó kiệt sức và ngã gục xuống.

Những nhận thức sai lầm cũng giống như thế. Chúng ta luôn luôn theo đuổi những thứ hão huyền, bị lôi kéo bởi những dục vọng của bản thân. Kinh hãi, chúng ta chạy trốn khỏi con quái vật được tạo ra từ chính sự thù hằn của bản thân mình. Chừng nào mà sự nhận thức của chúng ta còn lệch lạc, nhiễm ô, chúng ta không thể thấy được bản chất thật của những gì hiện ra trước mắt của mình, chẳng có cái gì ngoài một chuỗi cảnh sắc, âm thanh, mùi vị, xúc chạm và suy tư hay khái niệm luôn thay đổi. Hơn thế nữa, không có gì mà chúng ta nhận biết có một tự thể hay linh hồn, và cũng chẳng có thứ gì có thể mang lại cho chúng ta sự khổ đau hay hạnh phúc trường cửu.

Về bản chất, khi nhận thức của chúng ta nhiễm ô, lệch lạc, chúng ta nhận biết sự vô thường là thường hằng, đau khổ như hạnh phúc, không có bất cứ thứ gì là tốt, xấu, cũng càng không phải là tốt là xấu hay mọi vật không có bản ngã là có bản ngã. Những đau khổ chúng ta xuất phát từ chính chúng ta mà ra, bởi những sự lệch lạc này được minh hoạ trong các mẫu chuyện được đề cập trong kinh. Một lần, một người cận sự nam tầm 80 tuổi tên là Nakulapita đã phải chịu nhiều nỗi đau. Vị này đã tìm đến Đức Thế Tôn để xin một vài lời khuyên. *Nakalapita* thưa rằng:

> *"Bạch Đức Thế Tôn, con già rồi, năm tháng đè nặng lên vai, tuổi đời cũng đã xế bóng, khúc cua cuối đời cũng đang dần trôi qua, thân xác này thường chịu nhiều đau thương và tật bệnh. Con hiếm khi được thấy Đức Thế Tôn và Thánh chúng đáng kính như thế. Bạch Đức Thế Tôn, nguyện gia hộ khích lệ cho con, hãy hướng dẫn cho con, có như vậy mới đưa con*

đến được lợi ích và an lạc lâu dài."

"Lành thay, thật vậy, này gia chủ." Đức Thế Tôn đáp. "Thân thể của ông đang ốm, cân nặng giảm sút, bị đè nặng, nếu bất kỳ ai mang thân xác này đi vòng vòng rồi quả quyết rằng vẫn còn mạnh khoẻ dù trong chốc lác. Điều này có phải là ngu ngốc lắm không? Do đó, này con, con nên huấn luyện bản thân như thế này: "dẫu cho tôi có già nua và yếu đuối nơi thân xác này, thì tâm trí tôi cũng khoẻ mạnh". Và rồi, con nên huấn luyện tâm như thế."

Kinh *Nakulapita*, Tương Ưng, 22.1.

Ông *Nakulapita* đã không lĩnh hội được hết ý nghĩa của lời dạy ngắn gọn đó, song, vì tôn kính Đức Thế Tôn mà ông ấy không hỏi thêm bất kỳ câu hỏi nào nữa. Ông ấy vâng lời và đi gặp Tôn giả *Sariputa*, một vị đệ tử thân tín của Đức Thế Tôn, và hỏi Ngài ấy giảng giải cho rõ thêm về lời dạy ngắn gọn của Đức Thế Tôn.

Tôn giả Sariputa dạy rằng: "Hễ những ai mà không quen với những lời dạy của Đức Thế Tôn có liên hệ đến ngũ uẩn như bản ngã của ta. Với những đổi thay và hoại rã của các uẩn này, ở đó, sinh khởi lên trong nỗi muộn phiền trong họ, sự than vãn, đau đớn, sầu khổ và thất vọng. Do đó, người ấy ốm yếu cả thân lẫn tâm".

Giải thích lời dạy này với việc liên quan tới mỗi uẩn trong năm uẩn. Tôn giả Sariputa đã giải thích đau khổ do bởi những nhận thức nhiễm ô lệch lạc mang lại. Một người, 'coi vấn đề nhận thức như tự ngã, hay ngã như một nhận thức sở hữu, hay nhận thức như ở trong ngã, hay ngã trong sự nhận thức'. Vị ấy sống và bị ám ảnh bởi khái niệm: "Tôi là sự nhận thức,

sự nhận thức là của tôi". Khi vị ấy sống bị ám ảnh bởi những ý niệm như thế, sự nhận thức của vị ấy biến đổi và thay đổi. Với những sự thay đổi và biến chuyển của nhận thức này, ở đó, khởi lên trong vị ấy sự đau khổ, sự than văn, đau đớn, sầu khổ và thất vọng".

Nhưng, Tôn giả *Sariputa* kết luận, "một người đệ tử chân chánh là người nghe những lời pháp mà không quan tâm đến các uẩn như anh ấy là. Các uẩn này có thể thay đổi nhưng đau khổ, buồn rầu, than văn, đau đớn, sầu khổ và thất vọng không sinh khởi trong vị đó. Do đó, dẫu cho vị ấy có yếu ốm nơi thân nhưng vị đó không ốm yếu nơi tâm".

Bài học của ông Nakulapita có thể áp dụng cho chúng ta ngày nay vậy. Chúng ta than văn khi chúng ta nhận thấy những thứ như tóc bạc, da nhăn, đãng trí và đó là những thứ vô thường của thân thể, thân thể già đi mỗi ngày kể từ khi ta sinh ra. Con người và tài sản chúng ta tin chúng vốn là xinh tươi và trường cửu và có khả năng mang lại an lạc tối hậu thì cũng đều luôn luôn thay đổi. Đẹp xinh rồi cũng phải úa tàn, những gì đã từng mang lại cho ta những vui thích thì bây giờ lại là nguyên nhân của đau đớn và khó khăn. Cũng như ông *Nakulapita* đã phát giác ra và chúng ta cũng phải như thế, sự nhận thức không phải là ta. Sự nhận thức nội tại của chúng ta về thân thể, cảm giác, ý nghĩ, và tâm trí cũng giống như sự nhận thức ngoại tại của chúng ta về thế giới xung quanh mình là luôn luôn thay đổi như là những thứ chúng ta nhận biết. Chẳng có cái gì 'tôi' là 'của Tôi' cả. Nếu có, chúng ta sẽ đã có thể kiểm soát những gì chúng ta nhận thấy và tránh những nhận thức gây cho chúng ta khổ đau. Như Đức Thế Tôn đã dạy trong kinh *Anattalakkhana* rằng:

> *"Này các Thầy Tỳ kheo, sự nhận thức là vô ngã. Nếu*
> *sự nhận thức là tự ngã thì sự nhận thức ấy sẽ không*
> *khiến chúng ta đau buồn, và nó có thể nói rằng 'để*

sự nhận thức của tôi như thế, để sự nhận thức của tôi không như thế.' Bởi vì sự nhận thức là vô ngã, sự nhận thức hướng về đau khổ, và nó không thể nói rằng 'hãy để sự nhận thức như thế, hãy để sự nhận thức của tôi không như thế".

Tương Ưng.22.59

Sự giống nhau của các uẩn khác cũng cùng một thể thức chân thực như thế. Thân thể không phải tự ngã, cảm thọ không phải tự ngã, ý tưởng không phải tự ngã, hành không phải tự ngã, thức cũng không phải tự ngã. Cũng giống như sự nhận thức của chúng ta, tất cả các uẩn đều thay đổi biến chuyển theo thời gian.

Những Mối Ràng Buộc Nhận Thức

Những nhận thức nhiễm ô, lệch lạc được gọi là những nút thắt, những mối ràng buộc bởi chúng buộc chặt chúng ta từ kiếp sống này đến kiếp sống khác với đầy dẫy vô thường và khổ đau. Đức Thế Tôn đã chỉ ra bốn thứ nút thắt nhận thức. Thứ nhất, đó là sự nhận thức chấp chặt nơi những vui thú, đó là sự chấp chặt, bám víu và đắm nhiễm nơi những thứ mà ta lầm tin sẽ mang lại cho mình an lạc và hạnh phúc rốt ráo. Ví dụ như, chẳng có cặp vợ chồng son nào mà mong muốn cãi cọ, to tiếng với nhau hay tranh giành tài sản trong một vài năm đầu mới kết hôn. Ở chiều ngược lại, sự nhận thức chối bỏ những điều bất như ý, là những cảm giác thù hằn về những thứ mà ta lầm tưởng rằng sẽ luôn làm ta buồn khổ hay đau đớn. Chẳng hạn như, chúng ta không mong chờ những người hàng xóm mà có những định kiến tức tối thù hằn với chúng ta và cũng chẳng bao giờ nghĩ họ sẽ cứu giúp chúng ta trong cơn hoả hoạn.

Nút thắt nhận thức thứ ba chính là sự nhận thức tàn độc. Nút thắt này

gọi là sự chú ý đến những hành động xâm hại dựa trên những nhận thức nhiễm ô, lệch lạc. Khi nhận thức của chúng ta về việc đẩy lùi những thứ khó ưa phát triển thành những bực tức, sân hận, thi thoảng chúng ta làm những hành động tàn bạo bằng những lời lẽ khắt nghiệt hay thậm chí là những hành động thương tổn. Chúng ta thấy rằng loại nhận thức này thường dẫn đến những xung đột giữa những con người và các dân tộc.

Loại nút thắt thứ tư được gọi là tà kiến. Tà kiến, hay vô minh chính là những nhận thức lầm lạc như con người hay vạn pháp là vĩnh hằng, và chúng có thể mang lại đau khổ hay hạnh phúc tối hậu và nó có một tự ngã hay một linh hồn. Chúng ta có thể nói rằng tà kiến là căn nguyên của mọi sự nhận thức nhiễm ô, lệch lạc.

Dễ dàng để thấy rằng tại sao những nút thắt nhận thức này che lấp đi khả năng giác ngộ tự thân từ đời này sang đời khác về vô thường, khổ, vô ngã. Bởi vì những nút thắt ấy làm cho chúng ta đi đến những hành động độc hại của thân, miệng và ý. Chính những hành động này kết tụ thành nghiệp, đây chính là nguyên lý tự nhiên, là định luật nhân quả. Nếu nguyên nhân là tiêu cực thì tất nhiên kết quả chắc chắn sẽ là tiêu cực. Ở một ngữ cảnh khác, nghiệp xấu của chúng ta chính là nguyên nhân của sự trôi lăn trong sinh tử đau khổ của chính mình. Tâm của những người đã đạt đến sự giải thoát, thoát ly được tất cả mọi sự ràng buộc, hệ lụy và khổ đau chính là giải thoát khỏi những sự ràng buộc của nhận thức, dối trá. Như Đức Thế Tôn đã dạy trong kinh Magandhiya rằng:

> *"Không có bất kỳ một sự ràng buộc nào cho những ai*
>
> *đã rời bỏ sự nhận thức. Chẳng có bất kỳ sự vô minh*
>
> *nào cho những ai đã thoát khỏi mọi sự ràng buộc.*
>
> *Những ai còn nắm giữ những ràng buộc và vô minh*

sẽ sinh ở thế giới bạo động."

Trung Bộ. 75.

Những nhận thức mà Đức Thế Tôn thúc giục chúng ta từ bỏ là không hề đơn giản là những nhận thức thanh tịnh mà Ngài đã giảng dạy như nhận biết màu xanh, nhận biết màu vàng, nhận biết màu đỏ, nhận biết màu trắng. Thay vào đó Đức Thế Tôn khuyến tấn chúng ta từ bỏ những nhận thức bị tô điểm bởi các cảm thọ hướng chúng ta đến chấp thủ vào những yêu thích và đẩy xa những thứ ghét bỏ. Chúng ta lâm vào con đường này là do bởi nhận thức ràng buộc thứ tư, tà kiến, nó làm cho ta nhận biết các pháp là thường hằng, vốn dĩ thích thú hay chán bỏ, có thực ngã hay linh hồn. Những thứ vô minh ám chướng này, theo Đức Thế Tôn đã dạy, chúng là nguyên nhân làm cho chúng ta sinh vào thế giới bạo động.

Đức Thế Tôn cũng giảng giải vấn đề này một cách cặn kẽ trong bài Kinh Madhupindika, Kinh Mật Hoàn. Lúc bấy giờ, Đức Thế Tôn ngụ gần thành Kapilavatthu, trong Vườn Banyan. Vào một đêm khuya, một vị Tỳ Kheo đến hỏi Ngài rằng: " Bạch Thế Tôn, giáo lý ngắn nhất là gì? Ở đâu, người ta không giữ sự phàn nàn với bất kỳ ai trong thế giới? Nơi nào sự nhận thức không còn ám ảnh?" và rồi, Đức Thế Tôn trả lời như sau:

> *"Này Tỳ Kheo, xét về căn nguyên, thông qua sự nhận thức và những quan niệm được sinh ra do nơi sự mống khởi tâm bủa vây một người: nếu không có bất cứ thứ gì có thể tìm ra để mà yêu quý, chào đón hay nắm giữ, thời như vậy là sự đoạn tận tham tùy miên, sự đoạn tận sân tùy miên, sự đoạn tận kiến tùy miên, sự đoạn tận nghi tùy miên, sự đoạn tận mạn tùy miên, sự đoạn tận hữu tham tùy miên, sự đoạn tận vô*

minh tùy miên, sự đoạn tận chấp trượng, chấp kiếm, đấu tranh, tránh tranh, luận tranh, kháng tranh, ly gián ngữ, vọng ngữ. Và nơi ở đây, những ác pháp, bất thiện pháp này đều được tiêu diệt, không còn sót lại".

Trung Bộ.18.

Nói cách khác, những suy luận của sự nhận thức đưa đến mọi xung đột. Xung đột giữa các vị Vua với nhau, chính trị gia với chính trị gia, cha mẹ với con cái, con cái với cha mẹ, anh em họ hàng ruột rà gây hấn nhau, chú bác cô dì gây hấn với cháu chắt, hàng xóm láng giềng với nhau hay rộng ra nữa là đất nước này với đất nước khác. Hướng giải quyết của Đức Thế Tôn về vấn đề này rất rõ ràng và minh bạch. Chúng ta tu tập bản thân bằng cách thực tập chánh niệm để chú tâm lên những phần trải nghiệm giản đơn của sự nhận thức mà không có bất kỳ sự vượt quá giới hạn nào để dẫn đến những phán xét hay suy diễn. Chúng ta khuyến tấn bản thân rằng những sự móng khởi khái niệm đi vào con đường của sự nhận thức rõ ràng và luôn tranh đấu để nhận biết các pháp một cách không thiên vị. Chúng ta luôn giữ chánh niệm cho sự nhận thức của bản thân, cũng y như các phần khác như thân và tâm vậy, chúng luôn thay đổi và sẽ không bao giờ mang lại cho ta cảm giác thoả mãn hay không thoả mãn vĩnh cửu được. Khi chúng ta hiểu một cách sâu sắc bản chất chân thực của tất cả sự nhận thức là vô thường, bất như ý, vô ngã thì lúc ấy không còn chỗ cho những xung đột phát sinh.

* 03 *
Nhận Thức Thanh Tịnh

Để bảo vệ sự nhận thức khỏi phải biến thành những tai hoạ, Đức Thế Tôn đã chỉ ra cho chúng ta phương thức để tu tập. Tâm hay thức, như chúng ta đã nói là trong sáng và thanh tịnh trong tự thân nó. Song, sự vận động của những hoạt động tinh thần trong quá trình hoạt dụng, khi các căn tiếp xúc với các trần có thể làm cho tâm hay thức trở nên nhuốm bẩn. Như chúng ta đã thấy, những khái niệm định sẵn về những đối tượng, chúng ta nhận biết, tô vẽ thêm nhận thức chúng ta với những phán xét và đưa đến tâm không được luyện tu đối với các yếu tố tâm lý vẩn đục như luyến ái hay sân hận. Nếu chúng ta muốn vượt qua những uế trược này, chúng ta phải tịnh hoá được sự nhận thức của mình bằng con đường thiền tập.

Theo Đức Thế Tôn, sự nhận thức sinh khởi và đoạn diệt theo hai hướng. Một số nhận thức sinh khởi và đoạn diệt do vì nhân quả. Bởi vô thường, một số sự nhận thức có mặt và một số khác mất đi khi những nguyên nhân và điều kiện, hỗ trợ sự hiện hữu của chúng thay đổi hoặc biến mất. Ví dụ như, sự nhận thức của chúng ta về một ngày buồn ảm đạm khởi lên do bởi sự cộng hưởng của nhiệt độ không khí, tốc độ của gió, áp suất khí quyển, mưa gió, mây che mù, hay những điều kiện thiên nhiên khác. Khi những nhân duyên và điều kiện này thay đổi, mặt trời ló rạng nơi phương Đông, thì nhận thức ấy cũng tan theo đám mây mù u lãng.

Tuy nhiên, một số nhận thức thì lại sinh khởi và biến mất như là một kết quả của sự nỗ lực. Như Đức Thế Tôn đã dạy: "một số nhận thức có mặt bằng sự rèn luyện, và một số cũng mất đi cũng do nhờ tu dưỡng". Một ví dụ đơn giản của tiến trình này là cách nghe Pháp, bản thân việc nghe Pháp là một hoạt động nhận thức, đánh thức sự nhận thức về tín và giúp đẩy lùi những nhận thức lệch lạc, nhiễm ô. Có lẽ chúng ta đã có những trải nghiệm về việc nghe, rất chăm chú để đọc hay tụng một bài kinh hay một bản chú giải chi tiết. Sự chú ý của chúng ta là dán tâm một cách cẩn trọng để có thể hiểu sâu ý nghĩa của mỗi từ chúng ta nghe. Như một kết quả, chúng ta tăng trưởng niềm tin bất hoại nơi Đức Thế Tôn và giáo pháp của Ngài. Những kết quả vi diệu khác bao gồm cả những phương thức chữa lành các căn bệnh có thể sinh khởi từ sự nhận thức của việc nghe Pháp này. Song, hiển nhiên là không có bất kỳ một pháp thuật huyền hoặc nào từ việc trì tụng này cả. Những kinh điển Phật giáo truyền thống là gồm những chân lý và chân lý tự thân nó đã có năng lực.

Mong ước bình an cho con người căn bản dựa trên sự tụng đọc và hành trì chân lý là một cách thực tập phổ biến trong các câu chuyện Phật giáo. Ví dụ, Khi Tôn giả Mahakassapa[7] bị đau, Đức Thế Tôn đã đến thăm Thầy ấy và Ngài đã đọc cho Thầy ấy nghe về bảy yếu tố Giác Ngộ[8]. Khi Thầy ấy nghe được những lời này, Tôn giả Mahakassapa được chữa lành. Ở trong một bản Kinh khác đã cho chúng ta biết rằng, khi Đức Thế Tôn bị bệnh,

---

[7]   Maha Ca Diếp

[8]   *Bojjhanga*, Pali: *satta bojjhangā* hoặc *satta sambojjhangā*, Sanskrit: *saptabodhyangāni*, là bảy pháp đưa đến giác ngộ; bao gồm: 1. *Sati*, Sanskrit: *smrti*, niệm, ý niệm tỉnh thức với thực tại; 2. *Dhammavicaya*, sanskrit: *dharmapravicaya*, Trạch pháp, nhận diện Pháp; 3. *Viriya*, Sanskrit: *vīriya*, tinh tấn; 4. *Pīti*, Sanskrit: *prīti*, tâm hoan hỷ; 5. *Passaddhi*, sanskrit: *prashrabdhi*, khinh an thân tâm; 6. *Samādhi*, định, an định, một trạng thái của Tâm; 7. *Upekkha*, sanskrit: *Upekshā*, xả, chấp nhận một thực tế của các pháp, lìa khỏi chấp tướng, luyến ái và ghét bỏ.

Tôn giả Mahacunda[9] cũng đã tụng lại bảy yếu tố này và bệnh của Đức Thế Tôn cũng tan biến. Bảy yếu tố này sẽ được giải thích cặn kẽ ở chương sau, ở đây chỉ nói tên của chúng bao gồm chánh niệm, trạch pháp, tinh tấn, khinh an, hỷ, định, xả. Những yếu tố này sanh khởi theo thứ tự và khi tu tập thiền quán nó sẽ tăng trưởng từ thấp đến cao của những trạng thái tinh thần.

Một số bài Kinh truyền thống khác thường được đọc tụng vào những dịp lễ kỷ niệm để cầu nguyện hoà bình, hạnh phúc và sự an ủi thay mặt cho người bị đau khổ do bị bệnh thân hay do các cảm xúc như sợ hãi mang lại. Phương pháp thực tập này cũng dựa trên những câu chuyện truyền thống. Bài kinh Ratana-Kinh Châu báu, cũng đã nói rằng khi người dân tại thành Vesali bị các bệnh khổ bức bách, hay bị đói kém, họ đã thỉnh cầu Đức Thế Tôn cứu giúp. Đức Thế Tôn đã trực tiếp bảo Tôn giả Ananda đến thành Vesali và trùng tụng lại một bài kinh ngắn và chỉ rõ về các chân lý giảng về Tam Bảo, đó là Bậc Thầy Giác ngộ hay Đức Thế Tôn, những lời dạy Giác ngộ hay Pháp, và những đồ chúng đi theo Đức Thế Tôn hay Tăng đoàn. Việc nghe lời trì tụng này đã đưa đến sự chấm dứt tất cả các tai nạn của thành Vesali.

Trong phần kế tiếp của quyển sách này, chúng ta đi vào những ví dụ cực kỳ quan trọng của một bài Kinh chữa trị, sự đọc tụng về mười sự nhận thức trong bài Kinh *Girimānanda*. Khi Thầy *Girimānanda* nghe những lời ấy và quán chiếu sâu sắc ý nghĩa của chúng, Thầy ấy đã được mạnh khoẻ.

Chánh niệm Tịnh Hoá Nhận Thức

Khi chúng ta nghĩ về cách sử dụng chánh niệm để tịnh hoá nhận thức, chúng ta có thể bắt đầu bằng việc tự vấn rằng làm thế nào mà nhận thức

---

[9]   महाचुन्द, Đại Chun Đà.

bị ô nhiễm ở vị trí đầu tiên. Trong một vài bài Kinh, Đức Thế Tôn cũng đã dạy rằng, những thứ nhiễm ô của luyến ái và sân hận làm cho tâm tánh trong sáng bị vẩn đục là đến từ bên ngoài. Lời dạy này ngụ ý rằng những phiền não không được sinh từ bên trong của tâm. Nhưng, theo các bài pháp được dạy bởi Đức Thế Tôn ở một vài chỗ khác, những nhiễm ô bên ngoài không thể xâm nhập vào tâm nếu như tâm ấy không có sẵn 'dấu vết của nhiễm ô' bên trong rồi. Điều xảy ra với tâm khi mà nó tự thân đã bị vẩn đục và luôn tìm kiếm sự giao thoa với các ô nhiễm bên ngoài để đạt được những điều mà chúng tham cầu.

Chúng ta có thể tự hỏi, những 'dấu vết nhiễm ô' đến từ đâu? Đức Thế Tôn đã dạy, cuộc sống của chính chúng ta hiện tại là kể quả trực tiếp của nghiệp, nhân quả. Những nghiệp bất thiện mà chúng ta gây tạo trong các tiền kiếp chính là nguyên nhân; cuộc sống hiện tại đầy vô thường, khổ đau, đầy dẫy bất an chính là kết quả. Nếu như tâm của chúng ta ở trong tiền kiếp được giải thoát khỏi các nhiễm ô hay khỏi các dấu vết của ô nhiễm thì chúng ta hoàn toàn không phải thọ lãnh cái cuộc sống tái sinh này nữa. Quả thực, chúng ta sẽ được tận hưởng những trạng thái an nhiên, thanh tịnh vượt ra khỏi vòng xoay của sanh tử luân hồi và đấy được gọi là sự giải thoát hay trạng thái Niết bàn.

Niết bàn không phải là một nơi chốn hay một hoàn cảnh nào đó bên ngoài chúng ta. Đúng hơn là, nó nằm bên trong ta. Niết bàn chính là sự đoạn diệt hoàn toàn tất cả mọi lậu hoặc, phiền não. Mọi sát na tham lam, sân hận và si mê của chúng ta đều bị đoạn diệt thì Niết bàn hiển hiện. Chìa khoá để thoát ra khỏi những phiền não và chứng thực được Niết bàn chính là tu tập tâm. Như Đức Thế Tôn đã dạy, " Như nước mưa không thể dột vào nhà đã được lợp kỹ, cũng vậy, ái dục không thể tràn vào Tâm đã được tu tập tốt".

Rồi, ở đây chúng ta phải tiến hành như thế nào? Trước hết, chúng ta phải hiểu những gì ta đang cố gắng hoàn thành và phát triển là một số kỹ năng về chánh niệm xuyên suốt cả trong quá trình thiền tập lẫn cuộc sống. Chúng ta dùng chánh niệm để ngăn chặn những phiền não cấu nhiễm từ bên ngoài xâm nhập vào tâm bằng cách phòng hộ cẩn mật các căn. Chúng ta cũng sử dụng phương thức này để ngăn chặn sự sinh khởi của những xu hướng tiềm ẩn từ những vết nhiễm ô bên trong tâm như luyến ái, sân hận, ngu si, ghen ghét, đố kỵ và tự cao. Nếu, bất chấp những nỗ lực như thế mà các xu hướng tiềm ẩn vẫn sinh khởi hay có những trạng thái biểu thị trong lời nói và hành động, chúng ta vận dụng thêm những nỗ lực chánh niệm để vượt qua chúng.

Sau đó, thay vì lo lắng về những ý nghĩ bất thiện đã qua, chúng ta đánh thức những ý niệm thiện chẳng hạn như kham nhẫn, thân thiện, rộng lượng và dùng tinh tấn để gia cố cho vững mạnh những ý niệm thiện. Thêm vào đó, chúng ta dùng chánh niệm để hộ trì các căn để cho các nhận thức tri giác bên ngoài không thể xâm nhập vào được, và đồng thời cũng có thể chống lại những xu hướng bất thiện mà chúng có thể khuấy động tâm của chúng ta. Như chúng ta đã từng được nghe, chánh niệm là trọng tâm của thiền vipassana hay thiền tuệ. Duy chỉ có thiền minh sát mới có thể huấn luyện tâm để tự quán chiếu và tôi luyện, tu thúc tự thân để tịnh hoá chúng tức tịnh hoá tâm và rốt cùng là tận diệt tất cả các phiền não nhiễm ô bao gồm cả những xu hướng tiềm ẩn trong sâu lắng.

Hãy cùng nhau khảo xét một thí dụ thực hành của tiến trình này như sau:

- Ở đây, chúng ta gặp vấn đề với sự nhận thức về sân hận, nó đang bộc lộ như một cơn giận dữ hung tợn đối với người đã làm cho chúng ta bị tổn thương bằng một số cách nào đó. Do nhờ nơi những lời dạy của Pháp mà chúng ta đã được nghe và quán chiếu một cách sâu sắc, chúng ta nhận thức được rằng sự nguy hiểm hiểm của tâm sân hận đang xâm lấn.

- Như một kết quả, chúng ta gìn giữ giới để phòng hộ các căn. Chẳng hạn, chúng ta dùng chánh niệm để tránh bị ám ảnh bởi những người làm cho ta tức giận hay là những tình huống, hoàn cảnh làm cho sự giận dữ khởi lên. Chúng ta cũng tránh gặp mặt hay nói chuyện với những người ấy để cho sự nhận thức về những tâm lý nhận thức bị gia tăng khi tiếp xúc không bị đánh thức theo những xu hướng bất thiện.

- Cuối cùng, tránh khỏi sự chung đụng từ các sự khích động của giác quan, chúng ta chọn lấy một để mục thiền quán thiện chẳng hạn như kham nhẫn hay thân thiện và dành hàng giờ để thực tập nó. Bằng hành động này, chúng ta bỏ được những nhận thức quá khứ về sân hận và tu dưỡng một sự nhận thức mới của những yếu tố thiện, và điều này sẽ đưa đến giải thoát.

Khi chúng ta áp dụng một cách tương tự cho các tưởng có câu hữu với những khoái cảm dục lạc, những thứ đưa đến sự thèm khát, luyến ái, hay các tưởng có câu hữu với sự áy náy, lo lắng làm chúng ta xao lãng sự thiền tập của chính mình; hoặc là các tưởng có câu hữu với thuỵ miên, giải đãi, thứ làm ta bận rộn khi cố gắng để tập trung; hoặc là các tưởng có câu hữu với sự hoài nghi về những lời dạy của Đức Phật và hoài nghi về Đức Thế Tôn. Điều vô cùng quan trọng trong những trường hợp này là phải nhận ra được rằng: trong khi chúng ta không thể tịnh hoá tâm mình từ những phiền não cũ thì chúng ta cũng có thể ngăn ngừa những phiền não mới móng khởi từ bên ngoài tâm. Hơn nữa, việc thực tập thiền quán có thể làm cho các phiền não cũ yếu dần đi bằng việc chúng ta không củng cố chúng. Một khi chúng ta không chăm bón chúng thì những phiền não cũ này trở nên yếu dần đi, bị vô hiệu hoá hoặc thậm chí là teo đi.

Vì vậy, cho dù chúng ta không thể làm gì cả vào ngày hôm qua vì chúng ta thiếu chánh niệm, tuy nhiên, việc chúng ta nhớ ra rằng mình đã mất chánh niệm suốt ngày qua và do đó cố gắng chánh niệm hôm nay cũng đã là một bước tiến tích cực. Việc ngày hôm qua thiếu chánh niệm đã cho tham, sân, si đi vào tâm. Những phiền não này làm cho chúng ta bất an, khổ não và chúng ta hoàn toàn không mong muốn chúng tiếp tục. Dẫu cho, chúng ta không thể loại bỏ chúng hoàn toàn ngay lập tức, chúng ta có thể áp dụng chánh niệm để làm sứt mẻ chúng từng chút một.

Quả thực, dấn thân vào quá trình thực tập này chính là ta dấn thân trên con đường của Đức Thế Tôn vậy. Chúng ta đang đi trên con đường tinh tấn với mục đích là tịnh hoá tâm mình khỏi những nhiễm ô, uế trược và vết hằn thẳm sâu của chúng. Một khi tâm ý được tịnh hoá, tưởng nhân đó cũng được thanh tịnh, sự nhận thức cũng được lọc sạch. Như chúng ta đã được thấy, tưởng hay sự nhận thức chính là một trong năm sự dây liên kết với các yếu tố chức năng tâm lý khác như xúc, thọ, hành và thức. Do bởi sự liên kết không thể tách biệt giữa năm yếu tố này nên bất kỳ trạng thái tâm lý nào ảnh hưởng đến thức đều ảnh hưởng đến các chức năng khác. Nó đi theo một cách như sau: khi chúng ta nhận thức bất kỳ một pháp nào với tâm thanh tịnh và trong sáng, sự nhận thức của chúng ta cũng trở nên thanh tịnh và trong sáng.

Thông qua việc đi vào chánh niệm tỉnh giác trong suốt thời thiền tập và cả như khi trong sinh hoạt thường nhật, chúng ta bắt đầu thấy con đường của Đức Thế Tôn mở ra như thế nào. Con đường đó ở đâu? Con đường đó là gì? Nó bên trong chính ta, chúng ta có thể nói nó bên trong thân mình, bên trong tâm mình và bên trong những hoạt động của mình. Chúng ta không thể tìm thấy con đường này ở bất cứ nơi nào khác, không ở trong sách, không ở trong quầy tạp hoá, không ở trong chùa chiền, tự viện. Nó thật sự nằm bên trong thân mình. Chánh niệm là chìa khoá để mở cánh cổng đi vào con đường này.

Con Đường Tịnh Hoá Nhận Thức

Bước đầu tiên khi đi trên con đường của Đức Thế Tôn chính là dùng sự nhận thức của chúng ta để lắng nghe Pháp. Đức Thế Tôn đã chia con người ra làm ba nhóm bao gồm: hạng phàm phu chưa được dạy dỗ, hạng phàm phu đã được dạy dỗ và hạng thánh đệ tử đã được giảng dạy. Hạng phàm phu chưa được dạy dỗ là những người chưa 'từng được nghe'. Và tất nhiên, họ đã nghe được rất nhiều thứ. Tai của họ đã nghe được vô vàn âm thanh và tâm trí của họ đã chứa đầy những khái niệm và ý tưởng. Song, họ vẫn chưa nghe được những lời chân thật, chưa nghe được Pháp, họ là những người chưa từng được giáo hoá. Đây là một số lượng vô cùng lớn phải chịu cảnh luân hồi lặn hụp mãi trong vòng sinh tử đầy dẫy khổ đau và bất an, luôn bị chi phối bởi nghiệp. Rất ít hạng phàm phu không được giáo huấn có thể đạt được giải thoát trong vòng tương tục này.

Hạng phàm phu được dạy dỗ là những người đã từng chánh niệm tỉnh giác mà lắng nghe những lời dạy chân lý. Song, nếu họ có nghe nhiều giáo pháp đến đâu mà không đem những giáo pháp ấy ra thực hành thì họ vẫn chưa bước vào con đường của Phật được. Hạng thánh đệ tử được giáo hoá là hạng người không những được nghe chánh pháp mà còn giải thích nghĩa lý những gì đã được nghe và thể nhập chân lý. Dù họ biết rằng, tâm là trong sáng, họ hiểu rằng tâm vẫn cần phải tu dưỡng để đạt sự thanh tịnh. Bởi lí do này, họ thực tập tu dưỡng tâm trong sáng cho được thanh tịnh bằng cách sử dụng phương pháp đã được chỉ ra ở trên. Do vì con đường ấy có tám phần, nên gọi là Con Đường Thánh Tám Ngành hay Bát Chánh Đạo. Hễ những ai đi theo con đường Thánh Tám Ngành này thì đều được gọi là các thánh đệ tử.

Đức Thế Tôn đã giảng dạy Bát Chánh Đạo trong bài pháp đầu tiên. Sau khi chứng ngộ đạo giải thoát nhiệm màu, Đức Thế Tôn đi đến thành Varanasi để chuyển khai bài pháp đầu tiên. Bài pháp đầu tiên được chuyển là bài pháp nói về bốn sự thật tối ưu quan trọng mà Ngài đã chứng ngộ, mà chúng ta gọi là Tứ Diệu Đế. Sự thật đầu tiên chính là chỉ bày cuộc đời này là tập hợp tất cả mọi khổ đau và bất an, bất như ý. Chân lý thứ hai chỉ ra những nguyên nhân đưa đến đau khổ và bất an mà những ai muốn giải thoát khỏi những uế trược này thì phải biết cách từ bỏ những nguyên nhân ấy. Đó chính là các yếu tố tham, sân, si, vô minh và các phiền não khác. Chân lý thứ ba là các trạng thái đạt được một khi đã đoạn tận các gốc rễ của si mê, đau khổ, Niết bàn. Chân lý thứ tư là những phương pháp yêu cầu để đạt được mục tiêu này, đó là tuân thủ Bát Chánh Đạo. Con đường này bao gồm tám yếu tố là chánh kiến, chánh tư duy, chánh ngữ, chánh nghiệp, chánh mạng, chánh tinh tấn, chánh niệm và chánh định, là phương pháp mà một khi thực hành rốt ráo thì ta sẽ vượt ra khỏi được những phiền não nhiễm ô và gìn giữ được những giá trí cao quý.

Phương pháp để đạt được sự thành tựu tâm linh đã Đức Thế Tôn trình bày không phải là một triết thuyết. Trước khi Ngài chứng ngộ, tâm của Đức Thế Tôn thậm chí cũng không hoàn toàn thanh tịnh. Giống như chúng ta, Ngài cũng bị quấy nhiễm, mệt mỏi bởi các khuấy nhiễm tâm lý, ba gốc rễ bất thiện tham, sân, si và những chi phần của chúng, những chướng ngại và những xiềng xích. Những chướng ngại là những xu hướng tiêu cực của tâm. Bài Kinh Niệm Xứ đã liệt kê năm thứ chướng ngại, ngũ

chướng[10] bao gồm: tham đắm dục lạc, lo lắng bồn chồn, ác ý, giải đãi, nghi ngờ. Những trạng thái tiêu cực này gây trở ngại khả năng tập trung của chúng ta khi chúng ta đang thực tập thiền quán và vì vậy nó chặn đứng tiến trình tâm của chúng ta. Một chướng ngại dấy lên nhất thời và chúng ta hoàn toàn có thể vượt qua chúng bằng sự tinh tấn.

Những triền phược, xiềng xích thì cứng cỏi hơn nhiều, chúng có gốc rễ rất sâu và đã cư ngụ lâu đời trong một tâm trí u mê. Có mười loại xiềng

---

10 Ở đây, tức chỉ nói năm loại chướng ngại cho quá trình thực hành thiền dựa trên dữ liệu văn hệ Pali. Ngũ chướng trong văn hệ Sanskrit được đề cập trong những Bộ Kinh quan trọng như Kinh Đại Nhật và Kinh Pháp Hoa. Kinh Đại Nhật - Vairocana Sutra nói ngũ chướng bao gồm: phiền não chướng, nghiệp chướng, sinh chướng, phát chướng, sở tri chướng. Theo Saddharmapundarika Sutra- Kinh Pháp Hoa gồm: Tín chướng, tấn chướng, niệm chướng, tuệ chướng; để tránh nhầm lẫn, thì ở đây, ví dụ, sở dĩ gọi là Tín chướng tức là chướng ngại của niềm tin chính là sự khinh dễ hay lừa dối, gọi là Định chướng là chướng ngại của thiền định là thù hận v.v... theo văn hệ Pali thì năm thứ này chính là: *Kamachanda* - tham đắm dục lạc sắc thân, *Vyapada* - bực tức thù hằn, *Hinamiddha* - hôn trầm dượi dã, *Uddhaccakukkucca* – phóng dật lo lắng, *Vicikiccha* - nghi ngờ.

xích hay còn gọi là thập triền[11] bao gồm tin vào một bản ngã thường hằng, hoài nghi ngờ vực, chấp thủ nơi các lễ nghi, tham đắm nơi khoái dục, sân hận, dục vọng có mặt nơi sắc giới, dục vọng có mặt nơi vô sắc giới, kiêu mạn, trạo cử, vô minh. Mười trạng thái tâm tiêu cực này trói buộc chúng ta vào vòng sanh tử luân hồi, từ đời này sang đời khác chưa từng thôi dứt. Mặc dù một vài chi phần trong thập triền này có tương đối giống về mặt danh tự với ngũ chướng, tuy nhiên triền phược này lại có gốc rễ sâu hơn trong tâm con người. Chính vì lí do này, nó cần chúng ta gia tâm tinh tấn nhiều hơn và ở cung bậc thâm sâu hơn của chánh niệm và tập trung hơn và việc nhổ bật lên gốc rễ của chúng. Những triền phược này nó giống như rễ tre vậy. Một cây khi đã bắt chồi, chúng sinh sôi, nảy nở và nhân chồi lan toả thành những bụi tre to lớn. Đào bới những gốc rễ này vô cùng khó khăn, và nếu từng phần một của bộ rễ này không bị chặt đứt, thì cây tre sẽ mọc trở lại. Một xu hướng tương tự như thế cho tâm ta, như đã được nhắc đến trong Kinh rằng: 'giống như một cây xanh, mặc dù chúng ta chặt xuống, song, chồi của nó vẫn cứ đâm lên lại, nếu như rễ của chúng

---

11   Pali: *Saṃyojana*, ở đây, tuy là đều thuộc tư tưởng *Theravāda* nhưng sự chia chẻ trong kinh và trong *Abhidhamma* cũng có sự khu biệt. Như Kinh nói có mười, đó là; *sakkāya-diṭṭhi* thân kiến, *vicikicchā* nghi ngờ, *sīlabbata-parāmāsa* chấp thủ (nơi giới và điều nghi), *kāma-rāga* tham dục (các dục về giác quan), *vyāpāda* não hại, *rūpa-rāga* sắc dục, *arūpa-rāga* dục vô sắc, *māna* kiêu mạn, *uddhacca* phóng dật, *avijjā* vô minh. Và với Abhidhamma, trong Vibhanga thì chỉ khác nhau ở một vài chi nhỏ như thân kiến thay cho tà kiến, v.v... Sanskrit संयोजन, Saṃyojana, theo Đại Phẩm Bát Nhã *Mahāprajñāpāramitāśāstra* chương VI có đề cập gồm *anunaya, pratigha, māna, avidyā, vicikitsā, dṛṣṭi, parāmarśa, mātsarya, īrṣya. Laṅkāvatāra-sūtra, Mahāvastu* i.192.7, *Sarvāstivāda-Vinaya* ii.87.1—2, *Abhidharmakośa, Vijñāptimātratāsiddhi* tất thảy đều đề cập đến. Luận Đại Trí độ, quyển 7 và Đại Tỳ Bà Sa quyển 47, đề cập 10 chi phần khu biệt với *Theravāda* gồm: vô tàm, vô quý, tật, xan, hối, miên, trạo cử, hôn trầm, phẫn và phú.

vẫn không được chặt và vẫn cắm chặt xuống đất, cũng vậy, cho đến khi ái dục nằm ẩn sâu bị nhổ lên, thì đau khổ vẫn cứ nảy nở liên tục".

Để đi theo Phật đạo đến mục đích tịnh hoá tâm tư, chúng ta bắt đầu thực tập với một cái nhìn của đôi mắt loài chim, tức cái nhìn bao quát về Bát Chánh Đạo. Chúng ta dành sự chú tâm chánh niệm lên thân, cảm giác, tưởng, hành và thức. Chú tâm chánh niệm là sự chú tâm không sân giận, tham đắm hay mê muội. Khi các chướng ngại sinh khởi, chúng ta dùng chánh niệm để chặn chúng lại từ bên ngoài tâm. Khi các chướng ngại đã được vượt qua, chúng ta trải nghiệm năng lượng của định thanh tịnh. Chúng ta dùng định này để đào sâu hơn nữa vào những chức năng tinh thần để nhận diện và nhổ sạch những triền phược lên.

Thông qua quá trình này chúng ta sẽ thấy con đường hiện ra như thế nào. Mỗi lần chúng ta thực tập Bát Chánh Đạo, tâm trí chúng ta trở nên sáng tỏ hơn một chút. Tuy nhiên, cho đến khi thực tập một cách thiện xảo, tâm chúng ta sẽ không trở nên thanh tịnh tuyệt đối. Khi chúng ta thực tập, sự hiểu biết của ta sâu thêm. Khi sự hiểu biết của chúng ta sâu hơn, ta tiếp tục giữ sự thực tập như thế. Rồi một ngày nào đó, Bát Chánh Đạo trở nên quá sáng tỏ trong tâm mình, mọi nghi ngờ về con đường phút chốc tan biến, và những đặc tính tích cực sẽ trưởng dưỡng lên bên trong mình như bảy yếu tố giác ngộ.

Sự Chấm Dứt Nhận Thức

Xa hơn nữa, một khi kinh nghiệm của bản thân về thiền tập chánh niệm sâu thêm lên, một tiến trình tương tự của chánh niệm trực tiếp giúp chúng ta đạt đến những trạng thái tinh thần cao hơn trên con đường giác ngộ và được biết đến dưới tên gọi *Jhanas*- Thiền na, tức chứng được những tầng thiền. *Jhanas* là những trạng thái sâu lắng và tĩnh lặng của thiền, trong đó một số yếu tố tinh thần thiện hoạt dụng với nhau trong

trạng thái hoà hợp. Khi chúng ta tiến hành xuyên suốt những trạng thái thiền định này, sự nhận thức của chúng ta sẽ tịnh hoá dần lên, cho đến khi sự nhận thức nó tự đào thải nó, tức chứng được cung bậc thiền định diệt tưởng. Nói cách ngắn gọn, tiến trình này có thể được trình bày như sau:

⇨ Tránh xa những dục lạc thế gian và ly bất thiện pháp, chúng ta tiến vào và trụ nơi đệ nhất thiền. Sơ thiền là một cảm thọ nhẹ nhàng và dễ, thường sinh khởi từ việc chế ngự các trạng thái tiêu cực của tâm. Chúng ta có thể đắm mình vào đối tượng thiền quán chẳng hạn như sự thân thiện với những tư tưởng áp dụng tức có tầm và tư tưởng gìn giữ tức có tứ; và rồi ta thưởng ngoạn trạng thái hỷ lạc do ly dục, ly bất thiện pháp sanh. Sự nhận thức về dục lạc khoái cảm, sân hận, trạo cử và lo lắng, hôn trầm và thuỵ miên, và nghi đã được loại bỏ bởi sự tu tập và nhận thức mới về hỷ lạc đánh thức trong tâm bằng sự tu tập[12].

⇨ Trong trạng thái thiền thứ hai, chúng ta loại bỏ tầm và tứ, tâm trở nên vắng lặng. Trạng thái này có đặc tính là sự tự tin nội tại và tính hợp nhất của tâm, và tràn đầy hỷ và lạc do định sanh. Vào lúc này, nhận thức chân thực và vi tế về hỷ và lạc do ly dục, ly bất thiện pháp sanh ở sơ thiền cũng tan biến nhờ tu tập thiền, và một nhận thức chân thật và vi tế mới về hỷ lạc khác do định mà sanh được đánh thức do tu tập thiền định mà có[13].

⇨ Ở tầng bậc thiền thứ ba, hỷ dần biến mất, chúng ta thực nghiệm chánh niệm thanh tịnh đi đôi với xả, hay vô ký của tâm. Tâm lúc

---

[12]   Sơ thiền: Ly dục, ly bất thiện pháp, câu hữu với tầm, với tứ, ly sanh hỷ lạc.

[13]   Nhị thiền: diệt tầm, diệt tứ, nội tĩnh nhất tâm, hỷ lạc ở sơ thiền biến mất được định sanh hỷ lạc.

này là rõ ràng và sáng suốt[14].

⇨ Ở *Jhana* thứ tư, chúng ta trải nghiệm không khổ cũng không lạc, không vui cũng chẳng buồn, thay và đó, tâm lúc này được thấm đẫm nhận thức chân thực và vi tế về sự buông xả và chánh niệm. Ở đây, sự tu tập Bát Chánh Đạo thu hẹp xuống bước cuối cùng là Chánh Định. Định tâm đầy năng lượng này nhận thức được bản chất các pháp vốn vô thường, khổ, vô ngã của ngũ uẩn và sự thấu hiểu này siêu xuất khỏi ý niệm và ngôn từ. Những khái niệm như 'Tôi', 'của Tôi', 'Tôi là' tan biến, và trí tuệ cùng sự tĩnh lặng có mặt. Tâm lúc này trong sáng, thanh tịnh, rực rỡ và hoàn toàn không một vết gợn[15].

Jhana thứ tư thay đổi nhận thức của chúng ta một cách triệt để, một khi tâm trở nên thanh tịnh dần, sự nhận thức bắt đầu đạt đến những giới hạn của nó. Dù cho là một niềm hân hoan, oán tăng hay một cảm giác trung lập có thể vẫn sẽ khởi lên như một kết quả của sự tiếp xúc giữa tâm và đối tượng. Những nhận thức của các cảm giác này xảy ra mà không có bất kỳ sự dính mắc, ác cảm hay vô minh nào cả. Chúng ta chỉ đơn giản nhận thức chúng là cảm giác vui thích, cảm giác không như ý, hay cảm giác trung tính; trong khi sự hiểu biết này cùng thời gian với lúc tiếp xúc các đối tượng được hiểu là nguyên nhân dẫn đến các sự loại bỏ cảm thọ này, các cảm giác tương ứng cũng sẽ muội lượt và biến mất đi.

Tâm được an trụ trong một trạng thái buông xả, không ôm giữ nhận thức yêu thích cũng chẳng đẩy lùi điều bất như ý hay lờ đi cái trung lập. Chúng

---

14 Tam thiền: ly hỷ, trú xả, chánh niệm tỉnh giác, thường nghiệm được 'xả niệm lạc trú'.

15 Tứ Thiền: Xả lạc, khổ, hỷ, ưu, chánh niệm tỉnh giác, xả niệm thanh tịnh.

ta hiểu một cách sâu sắc rằng tất cả sự nhận thức và tất cả các đối tượng là nhân duyên để cho chúng hiện khởi là vô thường, là khổ và là không có một bản ngã chân thật. Chúng không có cái gì để nắm giữ và cũng chẳng có cái gì để lấy là thích thú trong đó cả. Không chối bỏ cũng chẳng kinh tởm chúng và cũng chẳng có gì để mà ta bỏ lơ đi cả. Tâm lúc bấy giờ trở thành vàng sạch, thanh tịnh và rực rỡ, dễ uốn nắn, rộng lớn và chói loà. Như Đức Thế Tôn đã mô tả trạng thái này trong bài Kinh Dhatuvibhaga-Giới Phân Biệt như sau:

> *"Ví dụ như, này Tỷ-kheo, có một người thợ vàng lành nghề hay người đệ tử sửa soạn lò đúc; sau khi sửa soạn lò đúc xong, người ấy đốt lửa miệng lò đúc; sau khi đốt lửa miệng lò đúc, người ấy dùng kềm kẹp lấy vàng thỏi và đặt vàng vào trong miệng lò; vị này thổi lò, vị này rưới nước lên miệng lò, vị ấy quan sát lò thật kỹ, canh lửa canh lò thật chu đáo. Và Khi, vàng đã được đun sôi, được thanh lọc, không còn các tạp chất, mềm dẽo, dễ uốn nắn, và chói sáng. Và rồi, bất cứ món trang sức nào muốn chế tạo, hoặc vòng nhẫn, hoặc bông tai, hoặc vòng cổ, hoặc vòng hoa vàng, thì vàng ấy có thể phục vụ cho mục đích ấy. Cũng vậy, này Tỷ-kheo, trong tâm vị ấy chỉ còn có tánh buông xả, thanh tịnh và rực rỡ, dễ uốn nắn, rộng lớn và chói loà."*
>
> Trung Bộ. 140.

Rồi sau đó, giống như thợ kim hoàn thiện xảo, với tinh thần trong sạch, chúng ta vận dụng sự tu tập tâm rốt ráo của mình vào công phu thiền tập, điều này làm cho ta vượt lên khỏi bốn tầng thiền thuộc sắc giới mà đi vào bốn tầng thiền thuộc vô sắc giới. Bốn tầng thiền thuộc Vô Sắc Giới[16] gồm Không Vô Biên Xứ[17], Thức Vô Biên Xứ[18], Vô Sở Hữu Xứ[19], Phi Tưởng Phi Phi Tưởng Xứ[20]. Tất các trạng thái trên được gọi là Vô Sắc là bởi chúng ta chứng đạt chúng bằng cách vượt qua những nhận thức về vật chất. Ở mỗi trạng thái chứng ngộ, thì những nhận thức ở tầng bậc trước sẽ tan biến dần đi và những nhận thức mới sẽ được xuất hiện với sự tươi mới hơn và thanh tịnh hơn, cho đến khi giới hạn của sự nhận thức chạm đáy. Ở điểm này, chúng ta nên hiểu rằng, "Khả năng hoạt động tâm thức[21] làm cho bản thân tồi tệ hơn. Không có sự hoạt động tâm thức sẽ tốt hơn. Nếu ta suy tư và tưởng tượng thì càng làm cho sự nhận thức thanh tịnh đã tu tập dần mất đi và những nhận thức thô tháo sẽ xuất hiện trong ta. Giả như Ta không suy tư hay tưởng tượng. Thì ta không suy tư cũng chẳng tưởng tượng".

---

16 Sanskrit: *arūpa-dhātu*, bốn cảnh thiền cao nhất Đức Phật đạt được khi còn tham học với hai vị Đạo sư là Aradakalama và Udraka Ramaputra và vẫn không đưa đến giải thoát hoàn toàn nên Ngài lại ra đi.

17 Sanskrit: *ākāśa-anantya jhana*, tâm được tách khỏi cảnh giới hình và chất an trụ nơi không gian vô biên (từ ngữ chỉ là khái niệm không phải thực tại), hành giả dán tâm vào điểm sáng trên để mục và tu tập đến khi điểm sáng đầy khắp cả không gian. Sanh cõi trời Không vô Biên Xứ này thọ mạng dài đến 20.000 đại kiếp.

18 Sanskrit: *vijñāna-anantya jhana*, Gom tâm vào thiền trên cho đến khi thoát khỏi không gian vô tận và chiếu đến thức vô tận, khả năng hiểu biết là vô biên và cõi trời này thọ mạng lên đến 40.000 đại kiếp.

19 Sanskrit: *ākiñcanya jhana*, vượt lên khỏi cái thức vô biên, tâm không còn chỗ chấp trú, không còn niệm sở hữu, thọ mạng cõi này dài đến 60.000 đại kiếp.

20 Sanskrit: *naivasaṃjñā-nāsaṃjñā jhana*, không chứa cái 'tưởng' mà cũng chẳng ngoài cái ấy, nó không nằm trong hoạt động của tâm mà cũng chẳng ngoài cái ấy chỉ có tâm như thị, thọ mạng có thể lên đến 80.000 đại kiếp.

21 tức sự phân biệt, áp đặt suy tư, và vận dụng theo lẽ tác ý, chứ không phải một tâm 'đã chết'.

Bởi chỉ có sự nhận thức thanh tịnh sinh khởi, những nhận thức thô tháo không còn sinh khởi nữa. Sự buông xả là thanh tịnh và sáng suốt. Vì lí do này, chúng ta không tạo ra những tư tưởng tiêu cực hay tích cực hay cảm xúc, cũng không sinh khởi bất kỳ tâm thái tốt, xấu và hướng nó tới cho người khác hay vật khác. Vĩ lẽ đó, ta cũng chẳng màng tham đắm chấp trước vào bất cứ thứ gì trên thế giới này nữa kể cả tâm tư, thân thể này. Khi chúng ta không còn chấp thủ thì chúng ta không còn bị khích động. Khi chúng ta không còn bị khích động chúng ta không còn bị phiền não khuấy nhiễu. Khi đó, ta được sự giải thoát, niết bàn, đoạn diệt khổ đau. Như Đức Thế Tôn đã giải thích về kiến thức và tầm nhìn sinh khởi trong trường hợp 'sự giải thoát này không hề bị lay chuyển của tâm ta. Đây là đời sống sau cùng và từ đây chẳng còn phải tái sinh nữa'.

PHẦN II:
MƯỜI LIỆU PHÁP NHẬN THỨC

* 01 *
Tưởng Vô Thường

"Một thời, Đức Thế Tôn trú tại Savathi trong vườn Jeta, Vườn của đại cư sĩ Anāthapindika. Bấy giờ, Tôn giả Girimānanda bị ốm nặng, thân thể gầy gộc, mạng sống mong manh. Rồi, Tôn giả Ananda đã đi đến đảnh lễ, ngồi xuống một bên và bạch cùng Đức Thế Tôn rằng:

'Bạch Đức Thế Tôn, Thầy Girimānanda đang bị bệnh nặng, thân thể gầy guộc, mạng sống mong manh. Thật là phước đức nếu Đức Thế Tôn vì lòng bi mẫn mà đi đến thăm Thầy ấy'.

'Này Anan, nếu ông đi đến thăm Thầy Girimānanda và đọc lên mười điều tưởng, nó có thể làm cho bệnh của Thầy ấy thuyên giảm ngay lập tức sau khi nghe xong mười điều. Mười điều ấy là gì?'

'Đó là (1) Nhận thức về vô thường hay tưởng vô thường, (2) tưởng vô ngã hay nhận thức về vô ngã, (3) tưởng bất tịnh hay nhận thức về thân không hấp dẫn, (4) tưởng nguy hiểm hay nhận thức về sự nguy *hiểm từ thân, (5) tưởng từ bỏ hay nhận thức về sự từ bỏ, (6) tưởng vô dục hay nhận thức về sự không có dục vọng, (7) tưởng đoạn diệt hay sự nhận thức về sự chấm dứt, (8) tưởng nhàm chán đối với thế giới, (9) tưởng vô thường trong tất cả hành hay sự nhận thức về vô thường của các hiện tượng có điều kiện, (10) chánh niệm hơi thở."*

Tăng Chi. 10.60.

Trong số nhiều phạm trù nhận thức, Đức Thế Tôn đã chọn mười chi phần như là mười phương pháp trị liệu và dặn Tôn giả *Anan* đem đến nói cho Tôn giả *Girimānanda* nghe. Tại sao Ngài lại chọn mười loại ấy? Lí do rõ ràng nhất đó là mười loại nhận thức này không bị lệch lạc, méo mó. Có lẽ, Tôn giả *Girimānanda* bị bệnh là do thầy ấy bị ảnh hưởng bởi những nhận thức sai lạc. Để chữa trị cho Thầy ấy, Đức Thế Tôn muốn Thầy ấy thấy những chân lý vốn không méo mó, lệch lạc trong mỗi chi phần của mười tưởng này. Nhìn thấy được chân lý, nhìn thấy được sự thật, tâm trở nên hỷ lạc. Đức Thế Tôn muốn đánh thức niềm hỷ lạc bên trong Tôn giả *Girimānanda* bằng cách khuyến tấn thầy ấy nhận ra và chấp nhận rằng mọi thứ luôn luôn thay đổi. Biết được như thế, Tôn giả *Girimānanda* sẽ không còn nắm giữ. Không còn nắm giữ, chấp thủ nơi thân và nơi tâm, cảm giác, các hành, các tưởng, nơi ngũ uẩn, Tôn giả *Girimānanda* sẽ không còn đau khổ. Như Đức Thế Tôn đã dạy:

> *"Hiểu biết trọn vẹn*
> *Sự khởi và đoạn diệt của các uẩn*
> *Vị ấy đạt được hỷ và lạc,*
> *Cho những ai hiểu, đây được gọi là bất tử."*

Trong phần này, chúng ta nhìn vào mỗi chi phần của mười sự nhận thức mà Đức Thế Tôn đã đề cập đến với những lợi ích cho Tôn giả *Girimānanda* và giải thích về phương thức nó có thể chấm dứt khổ đau. Trước khi chúng ta bắt đầu, điều vô cùng quan trọng để hiểu được tính logic của phương pháp chữa trị của Đức Thế Tôn. Ngài thường được mô tả như là một "bác sĩ chuyên khoa" hay "vị lương y", chữa trị cho bệnh nhân đang đau khổ do những căn bệnh thân và tâm. Liều thuốc giáo pháp Ngài đã kê đơn thường gồm có đối diện với chân lý, điều mà con người sẽ thường tránh né. Chúng ta muốn nghe vạn vật là thường hằng, đầy ắp khoái lạc, lâu dài và ôm ấp tự ngã. Song, khi chúng ta đau khổ, chúng ta mới chấp nhận một cách khiêng cưỡng rằng là bất an, đau đớn. Mặc dầu, chúng ta có thể miễn cưỡng, chúng ta chấp nhận để cho các y bác sĩ chích kim vào mình để lấy láu xét nghiệm rồi chịu chích thuốc hay uống tất cả những thuốc mà bác sĩ đã kê đơn. Tương tự như thế, để đạt được sự bình yên trong tâm trí, Đức Thế Tôn đã nói cho chúng ta phải quán chiếu những sự thật về đau đớn.

Vì vậy, Đức Thế Tôn tái khẳng định bước đầu tiên của tất cả các trình tự nhận thức quán là về vô thường. Với những ai tự hào về cuộc đời này là lâu dài, Ngài khuyên bảo họ quán chiếu đến cái chết là không thể tránh khỏi. Nhờ đó có thể tránh khỏi đau buồn, bi thương và tuyệt vọng được gây ra bởi luyến ái, dính mắt với người thương, Ngài cũng dặn phải quán chiếu nơi sự thật của khổ đau được tạo ra bởi chia cắt người thương yêu. Nghịch lý rằng, bằng sự quán chiếu về vô thường, chúng ta bắt đầu lộ trình của chính mình trên con đường hướng đến sự an lạc vĩnh hằng.

Rồi, chúng ta thực tập thiền về vô ngã cho tất cả các thực hữu. Để giúp cho chúng ta hiểu về vô ngã trong thực tế thực hành, chúng ta thực tập thiền quán tiếp trên sự bất an và đau khổ nó đến với sự có mặt của thân được làm thành bởi một vài bộ phận, tất cả những thứ đó đều đang lão hoá dần và đang dần đi đến chỗ huỷ hoại; mà trong đó, không có bất kỳ

một thứ gì được định nghĩa là có một 'bản ngã' thực thụ. Một khi chúng ta nhận thức một cách sâu sắc về điều này thì thân và các bộ phận của thân cũng chính là nguồn gốc của khổ đau, bao gồm của nỗi đau tuổi già, bệnh tật, và cái chết. Khi chúng ta thực tập thiền quán về sự lìa bỏ những nguyên nhân đau khổ như tham đắm ái dục. Chính sự thực hành này thúc đẩy chúng ta thiền tập về sự tu luyện một thái độ nhàm chán hay xả ly đối với những đau khổ và trải nghiệm bất an trong chính cuộc đời này. Sự nhàm chán dẫn chúng ta đến tu tập xả ly, chấm dứt nỗi khổ, niềm đau, lời hứa của Đức Thế Tôn về việc chấm dứt khổ. Để đạt được cảnh giới giải thoát này, chúng ta thực tập thiền quán về sự từ bỏ những dấu vết cuối cùng của khát ái, thậm chí những khát ái có thể sinh trong tương lai. Sau cùng, ta thực tập thiền quán một lần nữa lên hơi thở chánh niệm, phương thức thông thường chúng ta phải sử dụng để đạt được mỗi sự thoát ly trước đó.

Nhìn với khía cạnh này, bài kinh *Girimānanda* là một chương trình thực tập thiền hoàn chỉnh và nó đảm bảo để chữa trị không những với những cơn bệnh về tâm, những cơn bệnh về thân mà còn đưa chúng tiến về mục đích chữa trị tối hậu của sự giải thoát-Niết bàn.

> *"Và này Anan, nhận thức về vô thường là gì? Ở đây, vị ấy đi vào rừng, đến dưới một gốc cây hay một chỗ đất trống, vị ấy ngồi xuống và quán tưởng như này: 'sắc tướng này là vô thường, cảm thọ này là vô thường, tưởng này là vô thường, các hành này là vô thường, thức này cũng là vô thường'. Rồi, vị ấy an trụ trong sự quán chiếu về vô thường của ngũ uẩn, những đối tượng để chấp thủ. Đây gọi là sự nhận thức về vô thường."*

Phương pháp nhận thức trị liệu đầu tiên đó là ngũ uẩn, sắc, thọ, tưởng, hành và thức đều là vô thường chúng luôn thay đổi liên tục là điều bất khả kháng. Hay ngắn gọn hơn, Quán ngũ uẩn vô thường, biến chuyển là sự nhận thức trị liệu đầu tiên. Đức Thế Tôn đã không đơn độc trong thời gian, Ngài tìm ra chân lý này. Những Triết gia Ai Cập cổ xưa cũng đã thấy rằng vạn vật đều vô thường. Triết Gia Heraclitus[22] đã từng nói: "Bạn không thể tắm hai lần trên một dòng sông". Song, chúng ta không hề biết Ai Cập cổ đại đã làm gì với sự hiểu biết về vô thường này? Nếu chỉ đơn thuần là một triết thuyết kiến thức đơn thuần thì thực tế chẳng giúp ích gì cho chúng ta hay thay đổi bất cứ điều gì. Tri thức phải được thử nghiệm, và nó phải được sử dụng cho những mục tiêu tốt đẹp.

Thật ra, để nhận ra vô thường thì không phải là khó. Khi tôi ở trong một ngôi chùa ở Washington D.C., ngôi chùa Phật Giáo truyền thống Theravada đầu tiên trên đất Mỹ, có một cậu bé trạc độ 10 tuổi. Cha cậu bé dẫn cháu tới chùa thường xuyên, cậu nhóc cảm thấy rất vui khi gặp tôi. Khi cháu bé bắt đầu biết bò, cháu bò về phía tôi, đưa tay cho tôi để vịn nó rồi để tôi bế nó. Cháu lớn lên giống như con trai tôi vậy. Một ngày nó, khi cháu lên khoảng 10, tôi trở về chùa sau một chuyến Phật sự, cháu chạy đến tôi và muốn được ôm. Tôi bảo: 'Con lớn quá rồi, bây giờ không thể ôm được nữa'. Cậu bé đồng ý: 'Vâng, Bạch Sư, chúng ta phải đối diện nó, mọi thứ đều vô thường. Con lớn rồi và Sư cũng không thể ôm con nổi nữa.' Thậm chí đến một cậu nhỏ cũng biết rằng mọi thứ đều vô thường!

Chúng ta cũng thừa nhận vô thường, nhưng sự chấp nhận của chúng ta chỉ ở bề nổi mà thôi. Thẩm sâu trong tiềm thức, một ý thức về sự thường hằng vẫn bị che giấu. Có lẽ ý thức ẩn tàng này là lí do tại sao chúng ta luôn gắng để chữa mảnh răng gãy của ta, một mẩu da khô, dăm ba cái móng

---

22 535 TCN-475 TCN, xuất thân từ gia thế quý tộc nhưng lại sống nghèo khổ, là nhà triết học Duy vật và được coi là người khai sáng phép biện chứng.

tay, tóc bạc, lưng khòm, mắt yếu, tai lãng, xương gãy, hay những nguyên nhân khác do vô thường đem lại trong thân thể mong manh này. Tương tự vậy, cảm xúc của chúng ta, những cảm giác, ý nghĩa, nhận thức, trí nhớ luôn đi theo chiều hướng thay đổi liên tục mỗi phút giây qua. Chúng ta uống thuốc, gặp các chuyên gia sức khoẻ tâm lý, hay tiến hành một số hoạt động khác, bao gồm cả thiền tập để chấn chỉnh tâm mình. Nhưng trong khi đó, chúng ta làm tất cả điều này, sự vô thường vẫn tiếp tục diễn tiến, sự thay đổi có hệ thống và cuối cùng huỷ hoại mọi thứ bên trong thân và tâm chúng ta. Những cơ quan, những tế bào, hệ thống thần kinh của chúng ta, chất lượng của máu, sức mạnh của phổi và rất nhiều cấu trúc của xương chúng ta vẫn đang diễn ra sự thay đổi một cách nhanh chóng và không trốn lánh vào đâu được. Không quan trọng chúng ta chữa trị bề ngoài, hay dưới da bao nhiêu, sự vô thường vẫn đều đặn diễn ra theo cách của nó. Không gì trên trái đất này, không khoa học, không công nghệ, không phép thuật có thể chấm dứt sự thay đổi này.

Khi chúng ta nhận ra rằng đây là một hoàn cảnh, thì câu hỏi đặt ra là chúng ta nên làm gì với kiến thức này? Làm thế nào để cho chúng ta làm cho hiểu biết của mình trở nên hữu ích? Câu trả lời của Đức Thế Tôn rằng vô thường chính là chìa khoá để mở cửa tâm trí đi vào sự hiểu biết khổ đau và vô ngã. Ngài đã chỉ ra một cách rõ ràng mối liên kết giữa vô thường và khổ. Ngài đã dạy rằng bản chất vốn vô thường và vô thường bản chất nó không dẫn tới khổ đau nhưng do bởi sự vướng mắc, dính chặt nơi các thứ vô thường nên ta mới khổ. Khi chúng ta chấm dứt sự dính mắc nơi các vật vô thường thì chúng ta chấm dứt đau khổ. Như Đức Thế Tôn đã dạy trong kinh *Mahasunnata* rằng:

> *"Này Anan, Ta không thấy thậm chí cho đến một loại*
> *hình thể sắc nào mà từ nơi sự thay đổi và biến đổi của*
> *chúng lại không gây ra những sầu khổ, đau thương,*

> *tuyệt vọng, ưu não cho những ai đam mê trong chúng,*
>
> *vui thích trong chúng cả."*

Đoạn kinh này mô tả rằng, đau khổ không sinh khởi do một đối tượng của vô thường nhưng bởi do chúng ta luyến ái và chấp thủ chúng. Khi chúng ta đạt được sự giác ngộ, chúng ta không còn đau khổ. Song, không có bất kỳ một vật vô thường nào mà biến thành thường hằng được. Mọi thứ vô thường thì vẫn luôn là vô thường dù cho chúng ta có chứng đắc giác ngộ hay không. Không gì có thể ngăn chặn bản chất vô thường của một pháp, nó vẫn sẽ tồn tại cho dù Đức Thế Tôn có xuất hiện ở thế gian này hay không. Sự giải thoát giác ngộ là chấm dứt khổ đau, bởi một chúng sinh giải thoát là không vui thích, say đắm nơi các pháp mà nó luôn thay đổi và biến chuyển từng sát na và mất đi. Đau khổ của chúng ta cũng sẽ chấm dứt khi ta từ bỏ sự luyến ái của bản thân vào các pháp vô thường, hư huyễn.

Song trong biển tuệ vô biên của Đức Thế Tôn, Ngài đã đi nhiều bước xa hơn thế nữa. Ngài thấy được không chỉ có việc không thể tắm hai lần trên cùng một dòng sông của một con người mà còn cùng một người có thể tắm hai lần trên một dòng sông. Nói cách khác, không chỉ những vật xung quanh chúng ta thay đổi, mà chính bản thân chúng ta cũng thay đổi liên tục trong từng sát na. Khi chúng ta thiền tập quán chiếu trên ngũ uẩn của thân và tâm mình, chúng ta có thể thấy rằng tất cả chúng, trong quá khứ, hiện tại, tương lai, nội tại hay ngoại tại, thô hay tế, cao hay thấp, xa hay gần, tất thảy đều vô thường, thay đổi liên tục, và biến mất dần mà không để lại bất kỳ dấu vết nào của việc chúng hiện hữu. Không có gì là bất tử. Không có gì tồn tại mãi mãi. Mọi vật biến mất mà không để lại dấu vết về sự hiện hữu của chúng. Cách hiểu này được gọi là 'vô tướng' – signlessness, không lưu dấu tích. Như Đức Thế Tôn đã nói trong phẩm Uẩn rằng:

> *"Sắc phàm tánh tựa bọt biển*
> *Thọ kia thấp thoáng hiển hiện bóng bay*
> *Tưởng này ảo ảnh giống thay*
> *Hành chi các pháp thân này chuối cây*
> *Còn đây thứ uẩn cuối ngày*
> *Thức sanh vạn pháp đã bày hư vô".*

Sự tỉnh thức nơi bất lưu tích giúp làm biến mất sự dính mắc khát dục của chúng ta về bất cứ gì vô thường. Nó cũng làm tan biến lòng sân hận tính oán thù trong ta kể từ khi không tồn tại cái gì thường hằng cho chúng ta ghét hay thù. Niềm khát khao tột đỉnh chiếm hữu lấy bất cứ thứ gì mà kết cục của nó là sự ảo tưởng thì đều là nguyên nhân dẫn đến khổ đau. Sự suy ngẫm sâu sắc về nỗi đau khổ này sẽ đánh thức giải thoát không còn ham muốn. Bảng danh sách ham muốn của con người bình thường như chúng cũng dần biến mất. Không còn bất cứ mong ước hão huyền nào nữa. Cách hiểu biết này được gọi là "vô nguyện". Bởi vì vạn vật đều biến mất mà không lưu lại bất kỳ vết tích nào, ở đó, chúng cũng khởi sinh trong ta một sự thức tỉnh về vô ngã. Không có bất cứ thứ gì và bất cứ ai để nắm giữ. Không có gì trọng tâm và cũng chẳng có bất cứ bất động nào chuyển động. Khái niệm về ta cũng tan biến mất. Cách hiểu này gọi là 'vô ngã' hay ' không'.

'Vô nguyện'[23] cùng với 'vô tướng'[24] và 'không'[25] thường được gọi là ba cửa của sự giải thoát – 'Tam Giải Thoát môn'. Khi chúng ta nhận ta rằng mỗi pháp vô thường thì luôn luôn thay đổi và không lưu dấu, và mỗi pháp vô tướng, vô thường thì rỗng không, không có ngã và chỉ đưa đến khổ đau. Những ham muốn mà chúng ta muốn nắm giữ, những con người mà ta muốn chiếm hữu, hay cả người và vật, những thứ mà ta ham muốn và nắm giữ thì luôn luôn thay đổi, tạo ra khổ đau, và không có cái ngã chủ thể đều dần dần biến mất. Chúng ta chỉ mong muốn được giải thoát, được tự do khỏi tất cả chúng. Như Đức Thế Tôn đã dạy rằng: "Thấy như thế, là vô thường, khổ, vô ngã của các hành, các pháp, vị ấy trở nên hết ảo tưởng nơi vạn pháp".

Do nhờ được tỉnh ngộ, chúng ta trở nên công tâm, có nghĩa rằng ta chẳng mong cầu bất cứ gì cũng chẳng bám víu cái gì. Với một tâm tư bình lặng, không thiên lệch, chúng ta có thể thấy được sự thoát ly, lìa bỏ, hay chấm dứt của mọi thứ - thậm chí tự thân cuộc sống – với sự trầm tĩnh và tịch nhiên. Trí tuệ này là nguyên nhân mang chúng ta lìa bỏ được các dục nhiễm một lần và mãi mãi, Theo cách này, chúng ta phát triển trí tuệ hướng đến bản chất của thực tại. Đức Thế Tôn lại dạy, cuộc đời chúng ta trở nên giống như một con đường không để lại dấu như cánh chim trên bầu trời sãi cánh vô tận mà nào lưu lại dấu chân phiêu lãng. Mọi ý niệm

---

23 Sanskrit: अप्रणिहित, Apraṇihita: đoạn tận hết thảy các ham muốn cho đến khi không còn bất cứ ý niệm mong cầu hay đạt được gì thì được giải thoát *Mahāprajñāpāramitāśāstra* Chương X, và *Saddharmapuṇḍarīka* 101.1 có nói đến.

[24] Sanskrit: अनमित्तित, *Animitta*: đoạn trừ mọi hình tướng dấu vết nội ngoài đạt giải thoát, Không phụng sự như một nguyên nhân cũng chẳng sở hữu như một quan hệ nhân quả. 'संनपातलक्षणे वधिरिनमित्तितं तद्वधातस्य'.

[25] Sanskrit: शून्यता, *Śūnyatā:* nhân duyên cộng thành pháp, bản chất vốn không, vắng lặng.

về vĩnh hằng, bất kỳ dấu vết của sân giận hay bất kỳ ý niệm về ngã sẽ dần biến mất trong tâm. Tất cả chỉ còn lại là sự giải thoát. Như Kinh Pháp Cú có dạy:

> *"Như cánh nhạn trời không*
> *Nào lưu tích mây trời*
> *Cũng vậy nơi hành xử*
> *Vị ấy rõ thân hành*
> *Trú nơi Không, Vô tướng*
> *Biết rõ vật thực sanh,*
> *Chẳng tham đắm giữ gìn."*
>
> Pháp Cú. 93.

Ở đây, chúng ta nên nhớ rằng, sự giải thoát giác ngộ không có nghĩa rằng mọi thứ đều tiêu cực. Đó chính xác là một thái độ tích cực và chín chắn của một người đã trưởng thành về mặt tinh thần. Đức Thế Tôn đã hình hoạ đầy ý nghĩa để giải thích về những điều giác ngộ của bản thân. Hình dung rằng, vài em bé đang xây lâu đài cát ở bãi biển, trong khi đang xây và chơi đùa với những lâu đài cát ấy, bọn trẻ tưởng rằng những lâu đài ấy là thật. Người lớn đứng xem chúng chơi bời với những lâu đài cát ấy và mỉm cười, suy nghĩ về bản chất của tâm lũ trẻ. Không giống như bọn trẻ, họ không tạo niềm tin và giả vờ tin rằng những lâu đài là có thật. Sau một hồi, bọn trẻ buồn bã, thất vọng và trở nên mệt mỏi vì chơi với những lâu đài cát ấy. Chúng tỉnh ngộ, phá những lâu đài cát, lấy cát rải khắp nơi. Kể từ đó, chúng không còn giả vờ tin những lâu đài là thật, người lớn không thất vọng với sự sụp đổ của lâu đài vì cũng đã biết ngay từ đầu.

Giống như lũ trẻ, Đức Thế Tôn dạy chúng ta thường chơi bời với những trò chơi huyễn hoặc như chơi với lâu đài cát vô thường vậy. Song, rốt cuộc, chúng ta bắt đầu thấy những khát ái, say đắm nơi những thức vô thường, đặc biệt là năm uẩn, là nguyên nhân đưa đến niềm đau khổ. Do vì những thứ ấy luôn luôn thay đổi mà không hề báo trước, và rồi sự bất mãn dấy lên. Khi sự vô thường tương ứng với mỗi chúng ta cũng như với thế giới xung quanh mình, chúng ta nhận thức được rằng chẳng có cái gì là có cái tự hữu vĩnh hằng cả, hay cho đến linh hồn trường cửu, và chẳng thứ gì có thể ngăn cản hay kiểm soát sự hoại rã diễn ra cả. Thấy được toàn bộ tiến trình này bằng trí tuệ, chúng ta làm tan biến ảo mộng về vạn pháp vốn những thứ bị chi phối bởi vô thường và khổ. Thấy được vô thường bằng trí tuệ là chìa khoá để loại bỏ những tập khí bất thiện của thân và của tâm. Nó giúp ta tu tập một thái độ vô dục, vô chấp trước nơi các duyên, các pháp và rốt cùng, nó dẫn ta tới sự đoạn tận khổ đau.

Hơn thế nữa, khi chúng ta đọc trong kinh *Girimānanda,* sự nhận thức về vô thường có thể giúp chữa trị bệnh tật. Cách mà vô thường chữa trị không khó để hiểu. Vô thường không có thực hữu trong không gian. Ở đó phải có gì đó bên trong nơi đầu tiên để trở thành vô thường tức phải có gì đó vô thường thay đổi đầu tiên. Năm uẩn của thân, thọ, tưởng, hành, thức là vô thường. Bên trong thức, xúc và niệm là vô thường, niệm là những yếu tố của tâm khởi lên bất cứ khi nào căn tiếp xúc với trần. Tất cả những khía cạnh của chức năng tâm đều là vô thường.

Khi chúng ta đau ốm hay thân thể phải chịu chứng cơn đau hành hạ, thỉnh thoảng tâm tư chúng ta trở nên sầu muộn. Nhưng biết được vô thường, chúng ta nhận thức được rằng mọi tật bệnh và đau đớn này và những nguyên nhân của nó cũng phải thay đổi theo thời gian. Cho nên, thay vì than thở, oán thán, ta dành sự chú ý đến những thay đổi đang diễn ra. Một khi chúng ta dành sự chú tâm với chánh niệm, chúng ta ghi nhận được rằng đau khổ của mình đôi lúc tăng lên mà cũng có lúc chẳng tăng. Khi chúng ta nhìn với sự chánh niệm, ta có thể thậm chí quên luôn cảm giác đau đớn đang diễn ra nơi trong thân, và khi chúng ta quán chiếu với tâm thế bình lặng, thản nhiên khi cảm giác đau đớn dần tan biến và cảm

giác trung lập khởi sinh. Và như thế, chúng ta biết được rằng những cảm thọ của chính bản thân, những cảm giác của những phiền muộn tâm tư cũng dần tan biến và được thay thế bằng một cảm thọ trung lập.

Chánh niệm với những sự thay đổi này, thi thoảng sự vô thường của những cảm giác đau đớn đưa đến một cảm giác hạnh phúc sinh khởi, bởi vì chúng ta có thể thấy sự biến mất dần dần của những cơn đau vô thường ấy vậy. Với sự nhận thức này, chúng ta cảm thấy an lạc, những cảm thọ thích thú được có mặt. Những cảm thọ vui thích này luôn luôn là các tâm sở tích cực. Chúng làm dịu nhẹ và chữa lành bất an trong thân cũng như trong tâm. Trong cách này, sự chữa lành theo ngay sau sự nhận thức của chúng ta về sự thật vô thường của các cảm thọ đau đớn. Do đó, tưởng về vô thường có thể đưa đến cả hai phương diện điều trị đau đớn của cuộc đời này và rốt cùng chính là sự giải thoát vẹn toàn của vòng đau khổ bức bách, đó là Niết bàn.

* 02 *
Tưởng Vô Ngã

"Và này Anan, cái gì là sự nhận thức về vô ngã? Ở đây, vị ấy đi vào rừng sâu, đến bên dưới gốc cây hoặc bãi đất trống, vị ấy ngồi ngay thẳng quán chiếu như sau: 'Mắt là vô ngã, sắc này là vô ngã, tai này là vô ngã, âm thanh này cũng là vô ngã, mũi này cũng là vô ngã, mùi vị này cũng là vô ngã, lưỡi này là vô ngã, vị này cũng vô ngã, thân thể này là vô ngã, đối tượng của xúc cũng là vô ngã, tâm này cũng thế, là vô ngã, các tâm sở cũng thế, tất thảy đều vô ngã'. Do đó, vị ấy an trụ nơi sự quán chiếu vô ngã trong sáu đối tượng căn và cảnh. Đây gọi là sự nhận thức về vô ngã."

Như những gì Đức Thế Tôn đã giải thích trong đoạn kinh này, sáu căn và sáu trần, thân và tâm là những pháp vắng bặt một cái chủ thể gọi là tự ngã. Trong sự thiền toạ chánh niệm của chúng ta, chúng ta khảo sát lần lượt từng cái một và đưa đến kết luận rằng vạn pháp, quá khứ, hiện tại, vị lai, nội tại hay ngoại tại, thô hay tế, đều là vô thường và bất an. Hơn nữa, chẳng có bất kỳ một thế lực nào có thể làm cho vô thường trở thành thường và bất an trở thành an cả.

Khi chúng ta nhận thức được bản chất của các pháp đúng như thế, và bằng trí tuệ quán chiếu, chúng ta có thể nói một cách ngắn gọn về những gì hiện hữu rằng 'đây không phải là của tôi', 'đây chẳng phải là tôi', 'đây không phải là tự ngã của tôi'. Và tất nhiên, với sự thuận tiện trong cuộc sống thường nhật của chúng ta, chúng ta hoàn toàn có thể nói rằng: 'tôi ở đây', 'nó thuộc về tôi'. Song, chúng ta không nên quá khờ khạo, ngu ngốc mà nghĩ rằng những lời lẽ ấy vốn dĩ có một bản ngã thường hằng hay là chúng có một linh hồn bất diệt thuộc về mình, hay cái này cái kia là sở hữu của mình là của mình. Đúng hơn là, như sự nhận thức của ta về vô thường biểu thị, vạn pháp đều luôn trong trạng thái tuôn chảy tương tục, chảy xuống mãi, hợp rồi tan tuỳ theo sự thay đổi biến chuyển không ngừng của nhân quả. Cố nhiên, sự thay đổi liên tục này cũng áp dụng cho năm uẩn của thân và tâm, sắc thọ tưởng hành thức. Đúng bởi vì những khía cạnh của tâm và thân đó luôn luôn thay đổi biến chuyển, không có bất kỳ cái gì bên trong chúng ta có thể được định nghĩa là một bản ngã hay linh hồn trường cửu được.

Giáo lý vô ngã là giáo lý độc nhất mà chỉ có Đức Thế Tôn mới chỉ dạy, và chính giáo lý này hàm chứa rất nhiều ý nghĩa sâu xa và quan trọng. Điều trước hết, đó là nó đối lập lại niềm tin về một cuộc sống của loài hữu tình như một kết quả hiển nhiên của một đấng tạo hoá nào đó, từ bản ngã hoặc linh hồn của họ cho tới hiện hữu, và đến bản ngã hoặc linh hồn đi tái sanh khi cuộc sống này kết thúc. Một số người có thể bị hoảng loạn khi tiếp cận giáo lý vô ngã này, do vì họ tin tưởng rằng từng có một bản ngã hay linh hồn trường cửu và điều này là chắc chắn. Song, khi tiếp cận giáo lý ấy thì thấy nó hoàn toàn không chắc chắn gì cả, và thế là họ nguỵ biện rằng, không có cái gì chắc chắn như thế thì cuộc đời này vô nghĩa và vô vọng. Tuy nhiên, sự dính mắc và các ý niệm của vô thường, và chắc chắn có thể thúc giục con người làm theo những hướng đi cứng nhắc và giáo điều. Ở một khía cạnh khác, chấp nhận học thuyết vô ngã giúp chúng ta được thoải mái hơn và bằng lòng hơn với bất cứ điều gì xảy ra, từ khi chúng ta biết được cả khổ và vui đều là những trải nghiệm của những điều kiện tạm bợ. Chúng ta hiểu được rằng vắng bặt của những thứ chắc chắn sẽ giúp chúng ta có cơ hội để thích nghi với những thay đổi của hoàn cảnh và khi chúng ta trưởng thành, chúng ta phải có trách nhiệm với chính cuộc sống của chúng ta.

Hơn thế nữa, sự nhận thức về vô ngã giúp chữa trị những căn bệnh ốm đau, và điều này cũng đã được mô tả trong một số bài kinh. Trong bài kinh Khemaka, Đức Thế Tôn cũng dạy cho chúng ta nghe một câu chuyện về Tôn giả Khemaka, một người đệ tử của Ngài khi đang bị ốm, trong cơn đau, thân thể ê buốt, sắp dứt mạng sống. Một số vị Tỳ Kheo trẻ trong hội chúng của Đức Thế Tôn đã đi đến và hỏi Tôn giả *Khemaka* về những giáo lý mà Đức Thế Tôn đã chỉ dạy về vô ngã. Trong khi giảng giải ý nghĩa của giáo lý vô ngã, Tôn giả *Khemaka* và những Tỳ Kheo đang nghe giảng đó đều chứng được sự giác ngộ.

Nguyên nhân mà tưởng vô ngã có thể có năng lực chữa trị có thể hiểu theo phương diện như sau: Trong khi đang giảng giải ý nghĩa của vô ngã, Tôn giả *Khemaka* đã rất thư thái và an nhiên. Những vị Tỳ Kheo trẻ trong hội chúng của Tôn giả cũng đã rất thư thái và an lạc. Loại bỏ đi những lo âu, trăn trở và những trạng thái căng thẳng, bất an là phương pháp chữa trị tốt nhất cho thể xác và tâm lý. Chúng ta đã trải qua tất cả những áp lực, lo âu, đã làm tăng lên những đau đớn như thế nào; chúng ta chịu đựng khi chúng ta bị ốm. Ví dụ, khi ta đang đợi chờ chẩn đoán từ bác sĩ, những triệu chứng đau đớn của ta thường trở nên tệ hại chỉ do vì chúng ta quá âu lo, suy nghĩ và sợ sệt. Khi chúng ta học được rằng những bệnh tật đau ốm của mình có thể chữa trị, chúng ta thư giãn và cơn đau của chúng ta phai nhạt dần đi. Tương tự như thế, khi một ai đó nghe một cách rất chăm chú những giải thích về vô ngã, họ được giải thoát khỏi những lo âu và bất an, áp lực này, chính những suy tư mang lại áp lực trong lòng và bởi

vì ta có một tự ngã và chúng cần phải được bảo vệ. Khi chúng ta thả lỏng tâm mình ra, và để cho những phiền muộn và áp lực ấy trôi đi, chúng ta tạo cho tâm trí và thể xác của mình một sự khuây khoả to lớn. Sự khuây khoả này là một ý nghĩa tràn đầy năng lượng để giải phóng nguồn năng lượng tích cực giúp đẩy nhanh tiến trình chữa trị.

Theo như cách thức của Tôn giả *Girimānanda*, chúng ta có thể phỏng đoán rằng bệnh tật của vị ấy liên quan đến sự khắt khe và căng thẳng do Thầy ấy chấp trước một cái nhìn sai lệch về bản ngã. Đức Thế Tôn như một vị lương y chẩn trị chuẩn xác cho căn bệnh này và đã kê cho Thầy ấy một liều thuốc hiệu nghiệm. Quán chiếu về tưởng vô ngã, Thầy *Girimānanda* đã có thể đủ thư thái để thúc đẩy nhanh quá trình hồi phục và lấy lại được sức khoẻ.

* 03 *
Tưởng Bất Tịnh

"Này Anan, như thế nào gọi là sự nhận thức về sự không hấp dẫn? Ở đây, vị Tỳ kheo xem xét nơi thân này, từ đỉnh đầu cho suốt thấu đến gót chân, các thứ tóc, lông, răng, móng, được bao bọc bởi lớp da, đầy dẫy những thứ bất tịnh: 'Có trong thân này nào là tóc trên đầu, lông nơi thân, móng tay, răng, da, gân, xương, tuỷ xương, cật, tim, lá lách, gan, phổi, ruột, mỡ chày, mỡ nước, bao tử, mồ hôi, nước mắt, nước mũi, chất nhờn nơi khớp, phẩn dãi.' Rồi, vị ấy quán chiếu sự dơ bẩn của thân, sự nhờn gớm của thân này. Đây gọi là sự nhận thức về sự không hấp dẫn."

Điều mà tôi muốn đề cập đến ở đây chính là cách nói khác của 'sự không hấp dẫn' đó chính là 'bất tịnh'. Sự nhận thức về bất tịnh của các bộ phận trong thân thể là một phần quan trọng của nhận thức quán. Khi chúng ta soi mình trong gương, chúng ta cảm thấy tự hào nếu như thân này xinh xắn và kém vui khi thân này không được hấp dẫn cho lắm. Sự nhận thức về bất tịnh dạy cho chúng ta chấp nhận bản thân như thực tại, chính xác nó như thế, mà không có bất kỳ sự lệch lạc nào và cũng chẳng có phản ứng cảm tính nào của sự thích thú và sự chán ghét, chúng ta cảm nhận một cách tự nhiên. Chìa khoá của sự chấp nhận thân thể và các bộ phận

một cách đúng đắn chính là chánh niệm. Những gì chúng ta nhìn thấy trong gương không chỉ ra rằng thân thể và các bộ phận là vô thường, bất như ý và vô ngã. Nhưng khi chúng ta phân tích thân này với chánh niệm tỉnh giác, chúng ta thấy các đặc tính của pháp sinh khởi từng phần. 'Bất tịnh' trong ngữ cảnh này không có nghĩa là những bộ phận của thân này là không vui thích, dù một số rõ ràng là như thế. Hay nói đúng hơn, điều này chỉ ra sự thật rằng thân xác này và những bộ phận luôn luôn thay đổi và thực chất là hoại diệt; và chính bởi lí do này, thân xác là bất an và chẳng có cái bản ngã hay linh hồn nào vĩnh hằng cả.

Tập cách nhìn vào bản chất của thân bằng trí tuệ rất quan trọng cho sức khoẻ tâm lý của chúng ta. Tất cả chúng ta biết rằng con người luôn tự hào một cách ám ảnh về dáng vẻ bên ngoài thu hút của họ và một số khác thì buồn rầu chán nản do vẻ ngoài kém sang, kém thu hút theo những tiêu chuẩn riêng và sức tưởng tượng riêng của họ. Bằng sự thiền quán trên sự bất tịnh của thân, chúng ta đang chỉnh đốn lại bản thân để nhận biết các bộ phận của thân này như chúng vốn là, không dính mắc cũng như không chối bỏ bất cứ thứ gì. Lối nhận thức này nó đi ngược lại với khuynh hướng nhận thức bình thường của chúng ta, và bản thân chúng mang đến cho tâm trí sự khinh an vô bờ. Khi chúng ta nhận thức cái gì đúng như bản chất của nó thì chúng ta không yêu cũng chẳng ghét chúng. Thay vào đó, chúng ta buông bỏ những khái niệm đẹp xấu và nhận thức về thân chỉ đơn giản là vô thường, khổ và vô ngã mà thôi.

Thái độ mà chúng ta chú trọng vào để tu tập quán chiếu về thân và các bộ phận trong thân chính là thái đố buông xả. Trong bài Kinh Niệm Xứ, Đức Thế Tôn đã chỉ cho chúng ta một phương pháp minh hoạ bổ ích của thái độ cốt lõi này. Đức Thế Tôn dạy, giả sử có túi đựng đầy những hạt, gồm hạt thóc, lúa mỳ, lúa mạch, gạo, đậu xanh v.v...Giả định như trong bao đó chứa đựng cả thảy ba mươi hai loại hạt khác nhau. Chúng ta mở bao ra và nhờ một người có đôi mắt sáng quắc xem trong bao. Người đàn ông sau khi nhìn vào trong bao xong có thể nói đây là bao đựng đầy hạt thóc, lúa mỳ, lúa mạch, gạo, đậu xanh v.v... Anh ta nhanh chóng nhận ra và nói rành rọt những loại hạt ở bên trong ấy. Anh ta không nói : "Đây là lúa mạch, tôi ghét lúa mạch". Hoặc là: " Đây là đậu xanh, tôi thích đậu xanh". Anh ta chỉ nhận diện chính xác các loại hạt như chúng ở trong đó. Đây là một sự nhận diện đầy chánh niệm, sự nhận diện với tâm buông xả.

Chúng ta có thể dễ dàng thấy được rằng sự nhận thức về hiện thực có thể giúp chúng ta chữa trị những bệnh tật. Khi Tôn giả *Girimānanda* bị đau, có thể Thầy ấy đã tham luyến nơi một phần của thân này, Thầy ấy có thể cảm thấy khoẻ khoắn với những bộ phận và Thầy ấy thích thú và bực tức với những bộ phận đã làm cho Thầy ấy đau đớn. Sau khi chẩn đoán bệnh với những dữ kiện chính xác, Đức Thế Tôn đã khéo léo dạy Tôn giả *Girimānanda* nhận thức về thân thể của Thầy ấy và các bộ phận khác một cách khách quan và không thiên lệch. Sự thiền quán trên các phần của thân Thầy ấy, Tôn Gỉa *Girimānanda* đã nhận thức được từng phần của thân này là mong manh, dễ vỡ, và là chủ thể của những nỗi đau đớn. Không bất kỳ một lí do nào làm cho Thầy ấy phải tham luyến, dính mắc, hay là chán ghét bất kỳ bộ phận nào cả. Sự nhận thức bình thản và cân bằng này làm cho thân thể vật lý và tâm lý của Thầy ấy được nhẹ nhỏm, khinh an và đồng thời cũng giúp chữa trị thân bệnh cho Thầy ấy.

Từ đó, Quán bất tịnh về thân này và những bộ phận trong thân là tối ưu, quan trọng và hữu ích, chúng ta cùng xem xét một cách chi tiết hơn để có thể biết bắt đầu với cách thực tập phép thiền này ra sao.

⇨ Trước tiên, chúng ta liệt kê ra những phần của thân để chúng ta có thể chú tâm vào sự nhận thức của mình. Đức Thế Tôn đã chia thân này làm ba mươi hai phần như trong kinh đã đề cập. Hai mươi phần đầu tiên của những bộ phận này là những chất rắn

thuộc Địa đại của thân. Mười hai bộ phận còn lại là chất lỏng thuộc Thuỷ đại của thân.

⇨ Chúng ta bắt đầu quá trình thiền tập của mình bằng cách xem xét năm phần rắn đầu tiên đó là; tóc, lông, móng tay, răng và da. Sở dĩ chúng ta bắt đầu với năm phần này là bởi vì chúng là những bộ phận có thể nhìn thấy được và những bộ phận mà mắt ta bắt gặp trước hết khi ta mới biết một con người nào đó lần đầu. Chúng cũng là những bộ phận mà nhiều người, trang điểm, thoa son, trét phấn, sửa sang theo nhiều cách khác nhau cốt chỉ để thu hút người đối diện. Cũng bởi vì đây là những bộ phận bên ngoài, dễ thấy, thiền sinh có thể dễ dàng sử dụng chúng để đạt được tuệ chiếu về cách chúng ta nhận thức thân thể vật lý này. Thật vậy, hiểu sâu về năm yếu tố trước mắt này giúp ta quán chiếu dễ dàng đến những phần khuất tầm mắt khác ở bên dưới lớp da này.

⇨ Ví dụ như tóc ở trên đầu là một đối tượng thiền quán khác hiệu quả. Chúng ta nhớ rằng, bình thường, nó được xem là một đối tượng của sắc đẹp. Trong truyền thống của Ấn Độ cổ xưa, tóc dài là một trong năm đặc tính quyến rũ của người phụ nữa. Trong văn hoá Tây phương cũng thế, người ta phải tốn rất nhiều tiền cho tóc tai. Các salon chăm sóc tóc và làm đẹp đã đào tạo ra những chuyên gia làm đẹp. Những phương tiện truyền thông thì nhan nhản những tấm áp phích pano quảng cáo các sản phẩm chăm sóc tóc, làm đẹp tóc với vô vàn các câu châm ngôn khẩu hiệu như chăm sóc làm đẹp tóc, tóc khoẻ, tóc đẹp quý phái, tóc đẹp tự nhiên, tóc quyến rũ hấp dẫn. Một mái tóc mới thường là chủ đề bàn tán của các nhóm tụ. Nếu tóc của một người đàn ông có dấu hiệu bị rụng thì họ sẽ tiêu rất nhiều tiền và thời gian để

chữa hói hoặc là khắc phục để che lấp khuyết điểm hói ấy.

⇨ Nhưng khi nhìn tóc trên đầu với chánh niệm, chúng ta có thể thấy rằng tóc chúng ta thật ra cũng chẳng khác gì một cái thùng rác. Gàu bám da đầu,, bụi, tế bào chết và thậm chí là chí rận chất đống ở trên đầu. Khi không được gội đầu trong một hay hai ngày, tóc bắt đầu có mùi và tiết ra những chất nhờn ghê rợn. Chúng ta cố gắng giữ cho tóc sạch sẽ liên tục. Chúng ta gội đầu, chải chuốt, thoa keo, uốn dập hàng ngày. Đầu tóc chúng ta trông như thế nào là một phần quan trọng quyết định chúng ta trong mắt người khác ra sao, quyến rũ hay không quyến rũ. Chánh niệm về những nỗ lực mà chúng ta đã đặt vào việc chăm sóc tóc tai giúp chúng ta nhận ra sự thật của hiện thực những tình cảnh này đó là phải tốn rất nhiều thời gian công sức và tiền bạc để chăm lo cho tóc mỗi ngày.

⇨ Chánh niệm cũng khai mở sự vô thường của tóc ra sao. Có lẽ chúng ta nhớ về những năm trước khi chúng ta còn trẻ, tóc của ta ngắn, mềm, khoẻ óng ả và mịn màng. Khi chúng ta bắt đầu trung niên rồi cao niên, chúng cũng bắt đầu ngả sang tối màu, vàng hoe và bạc trắng, nó trở nên khô ráp, giòn và dễ gãy. Chúng thưa dần, yếu ớt và rụng lả tả. Đó chính là vô thường.

⇨ Chúng ta cũng có thể thấy được tóc thật ra cũng không phải là thứ mang lại sự thích thú. Chúng ta say mê tóc trong khi chúng nằm trên đầu chúng ta, nhưng nếu một cọng tóc đáng yêu và dễ thương ấy bỗng đâu du ngoạn nơi tô canh của ta đang ăn thì cũng có thể chúng ta ném cả tô canh bỏ đi ngay lập tức. Tóc là một thứ mang cho ta sự yêu thích và vui vẻ vậy sao giờ bỗng chốc hoá thành một thứ đáng ghét và khó ưa đến như thế. Từ ví dụ này cho thấy, tóc cũng chỉ là một thứ không tốt đẹp mà thôi.

⇨ Cuối cùng, chúng ta nhận ra rằng tóc vốn không phải là một cái ngã. Nó không tồn tại vĩnh cửu được và cố nhiên, nó cũng chẳng mang lại cho ta niềm vui sướng sau cùng được. Chúng ta không có khả năng điều khiển những gì xảy đến với tóc của mình và bất cứ bộ phận nào trong cơ thể bởi lẽ chúng chẳng có một cái thực thể tự ngã nào cả hay đúng hơn hết nó chẳng thực sự là 'của ta'.

⇨ Như một kết quả của sự thiền tập, chúng ta kết luận: " tóc ở trên đầu này là không phải của tôi, nó không là 'tôi' và cũng chẳng phải là 'tự ngã' của tôi. Nó chẳng qua cũng chỉ là vô thường và nhàm chán như bao thứ khác trong thân và tâm này mà thôi.

⇨ Khi chúng ta nhận thức một cách chánh niệm tóc ở trên đầu và tu tập sự bình thản về những phần trên thân, nó không quan trọng là tóc ở trên đầu hay trong tô canh thì cũng như nhau cả. Thái độ của chúng ta dành cho nó là dửng dưng và bình thản.

Một khi chúng ta có sự thực tập cân bằng và bình thản về tóc, chúng ta cũng có thể thiền quán về mỗi phần khác nhau của thân. Cho dù phần nào đó của thân là đẹp đẽ, say mê hay đó là thứ chúng ta ghê tởm, chán ghét, chúng ta cố gắng để tu tập một thái độ tương tự đối với nó, thái độ ấy chính là sự bình thản và dửng dưng do hiểu rõ bản chất. Mục tiêu của chúng ta là không có cảm giác ghê tởm nơi thân, nhưng đúng hơn là để nhận thức về các bộ phận của cơ thể với các khái niệm không méo mó, lệch lạc. Và cũng không có cái ý niệm về thân và các bộ phận của thân là đẹp đẽ, đáng yêu, là nguồn hạnh phúc, xem chúng là thường hằng hoặc là có một bản ngã thường hằng bên trong nó. Chúng ta nhìn thân thể và các bộ phận là đáng ghét hay đáng yêu, bằng trí tuệ của mình, chúng ta thấy thân này cũng như những thực thể hiện hữu khác là không đáng yêu mà cũng chẳng đáng ghét. Thay vào đó, nó là một tập hợp của nhiều thứ gộp lại mà thành, chúng là một chủ thể chịu sự chi phối của một tiến trình thay đổi không bao giờ chấm dứt. Điều này được gọi là "Sự thấy thân bằng con mắt trí tuệ của sự bình thản". Khi chúng ta chấp nhận thân này đúng như là chính nó, chúng ta nuôi dưỡng thân, tắm rửa cho sạch, chăm sóc cho tốt, đặt cho thân ngủ nghỉ đúng như chúng ta làm thường tình, song, ta làm những việc làm ấy với sự hiểu biết thấu đáo và xả ly và biết rõ ràng, hoàn toàn giải thoát khỏi phiền não mê mờ hay sự sai lệch, khập khiễng.

Chánh niệm thiền quán về những bộ phận của cơ thể cũng giúp cho chúng ta hiểu sâu hơn về chân lý, về sự thật. Khi mỗi bộ phận mà chúng ta quán chiếu bằng chánh niệm sẽ được chiếu rọi là vô thường và trên thực tế là chúng đang trên đường huỷ hoại. Chúng ta có thể nhận ra và biết rõ rằng bất luận là đẹp trai, xinh gái, trẻ hay già, khoẻ mạnh hay ốm yếu thì cuối cùng chúng ta cũng trở nên già đi, đẹp trai không còn nữa, xinh gái cũng mất đi, già nua, ốm yếu.

Do vì chúng ta cũng đang huấn luyện bản thân mình để nhìn thấy sự thay đổi bằng con mắt bình thản và tự tại, chúng ta nhận ra thân này là giả tạm, bộ phận của thân là nương gá chẳng có chủ thể. Chúng ta không hề lo sợ khi biết thân này chịu nhiều thay đổi bất thường hay tuần tự đưa chúng ta đến già nua và ốm yếu. Khi chúng ta thôi không còn tham đắm, luyến ái nơi thân, đau khổ của chúng ta vơi dần và tâm tư chúng ta trở nên bình lặng, thư thái.

Hiểu biết về bản chất đúng đắn của thân này cũng giúp chúng ta chăm sóc bản thân mà không lo lắng gì cả, đặc biệt là khi có gì đó gặp vấn đề. Thấy thân này đúng như chính nó, cũng thay đổi, yếu đi, đau ốm, rồi lại mạnh khoẻ, giúp chúng ta dễ chú tâm, tập trung và hình dung để tu tập nỗ lực mạnh mẽ để khi chúng ta lỡ bị đau ốm, chúng ta có thể dùng tâm trí để sản sinh ra những tính chất tích cực để tiêm kích vào khắp nơi trên thân thể giúp chữa lành các đau đớn. Thi thoảng ta có thể chú tâm mình

và những khuyết điểm đau ốm trên thân với năng lực tuyệt vời của quán tưởng để đẩy nhanh tiến trình hồi phục. Tuy nhiên, khi chúng ta tinh tấn tu tập để hiểu thân thể và các bộ phận nơi thân, chúng ta không nên để cảm xúc thái quá hay đau khổ nếu không hoàn toàn chữa lành bệnh được, và vẫn phải luôn duy trì trạng thái an tĩnh, bình lắng thậm chí là nghĩ tới cái chết cũng thế.

* 04 *
Tưởng Nguy Hại

" *Và này Anan, tưởng nguy hại là gì? Ở đây, Vị ấy đi vào rừng sâu, đến nơi một gốc cây hay một bãi đất trống, thẳng lưng ngồi xuống, và rồi vị Tỳ Kheo suy ngẫm như thế này: ' Thân này là căn nguyên của rất nhiều khổ đau và nguy hiểm, tất cả mọi thứ đau khổ, bệnh tật đều từ thân này mà sanh khởi, đó là: bệnh về mắt, bệnh về tai trong, bệnh về mũi, bệnh về lưỡi, bệnh về thân, bệnh về đầu, bệnh về tai ngoài, bệnh về miệng, bệnh về răng, bệnh ho, bệnh hen suyễn, bệnh tiêu chảy, bệnh sốt thường, bệnh sốt cao, bệnh bao tử, bệnh ngất xỉu, bệnh kiết ly, bệnh đau thắt, bệnh dịch tả, bệnh phong cùi, bệnh nhọt, bệnh chàm bội nhiễm, bệnh lao phổi, bệnh động kinh, bệnh ngứa da, bệnh ngứa gãi, bệnh vẩy nến, bệnh thủy đậu, bệnh ghẻ lở, bệnh xuất huyết, bệnh trĩ, bệnh ung thư, bệnh lỗ rò; những bệnh bắt nguồn từ mật, đờm, gió, hoặc sự kết hợp giữa chúng; bệnh do thay đổi thời tiết, bệnh do những hành vi bất cẩn, bệnh do bị tấn công, bệnh do hậu quả của nghiệp, hay lạnh, nóng, đói, khát, đại tiểu tiện.' Do đó, vị ấy an trụ nơi sự quán chiếu về*

> *nguy hiểm trong thân. Đây gọi là tưởng về sự nguy hiểm".*

Đây là chương mà trong kinh *Girimānanda* liệt kê ra nhiều căn bệnh mà chúng hữu tình có thể phải kinh qua. Đức Thế Tôn đã nêu ra bốn mươi tám loại bệnh khác nhau, chúng được sinh ra từ tám nguyên nhân chính đó là gió, mật, đờm, các chất dịch của hợp thể ba thứ trên trong thân, thay đổi thời tiết, sự lạm dụng sức lực của thân, tự hại thân, hay do nghiệp. Khi chúng ta đọc hết bảng liệt kê các bệnh này của Đức Thế Tôn, chúng ta nhận thấy rằng có nhiều căn bệnh rất giống với thời đại ngày nay. Cho dù sự hiểu biết của chúng ta về những nguyên nhân của các căn bệnh ấy có thể phức tạp hơn rất nhiều lần so với thời của Đức Thế Tôn, chúng ta kinh qua những khó khăn tương tự như thế bởi vì thân thể con người và các bộ phận trong thân thì vẫn biến đổi, vẫn là vô thường, chủ thể của nỗi khổ niềm đau, vô ngã như những gì Đức Thế Tôn đã dạy.

Tại sao Đức Thế Tôn lại liệt kê ra những căn bệnh như thế, và chúng ta học được gì qua việc đọc hết bảng danh sách này? Có năm sự giải thích theo truyền thống. Thứ nhất, bảng liệt kê này nhắc nhở chúng ta về sự vô thường, giả tạm của sắc uẩn. Nó chứng minh rằng thân này, và sức khoẻ của thân luôn được chúng ta chăm nom, bảo vệ một cách cẩn thận, nó được cấu thành bởi nơi nhiều yếu tố, mỗi mỗi thành phần cấu tạo phải thường chịu sự vận động, huỷ hoại, hư hỏng và già nua theo nhiều cách khác nhau. Sự nhận thức này thách thức những khái niệm thích thú cho rằng thân này một thực thể đơn thuần rất mạnh mẽ, khoẻ khoắn, xinh đẹp, và lâu dài. Nó giúp chúng ta nhớ chúng ta có thể dễ bị tổn thương như thế nào, thường xuyên như thế nào và có bao nhiêu cách mà sự vô thường của sắc uẩn đưa đến khổ đau và tật bệnh.

Thứ hai, khi chúng ta đọc hết bảng liệt kê tật bệnh và nguyên nhân đưa đến tật bệnh trong kinh đã mô tả, chúng ta được nhắc nhở rằng tật bệnh,

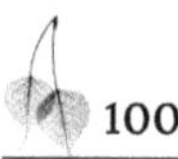

ốm đau, là một sự thực sinh khởi trong mỗi ngày và đó là bản chất thực tế của cuộc sống này. Mục tiêu của chúng ta là quán chiếu những đau đớn, tật bệnh ấy để chấp nhận thực tế này với sự tỉnh thức vẹn toàn, trong khi đó chúng ta tránh những phản ứng cảm tính như sự chấp thủ, hay sợ hãi mà những cơn đau thường gây ra.

Thứ ba, việc đọc bảng liệt kê ấy nhắc nhở chúng ta một lần nữa rằng, thân này là vô thường. Trong lúc chúng ta đang đọc đoạn văn này thì các cơ quan, mỗi tế bào, hay các cơ quan khác trong cơ thể cũng thay đổi không ngừng, đang trở nên già đi, yếu ớt, một số thì bị hoại rã, một số thì đang dần được sinh ra. Tim ta đang đập, phổi đang trao đổi khí, thận, cật, gan, bao tử đang làm những công việc, thực thi những chức năng của chúng. Chẳng có gì chắc chắn hay thật hữu cả. Buồn khổ hay bệnh tật của các chúng sanh là luôn luôn có thể xảy ra, và thực tế thì chúng ta không thể tránh được. Sự nhận thức được sự thật này giảm đi cơn đau của bệnh tật khi nó sinh khởi.

Thứ tư, việc nhớ về những cơn đau bệnh là luôn luôn có thể xảy ra giúp chúng ta tránh những cảm giác tự phụ bản thân, khi chúng ta tự mãn có một sức khoẻ tốt, và luôn biết tự hạ mình, thương cảm đến những ai đang bị bệnh tật đau ốm.

Cuối cùng, bảng liệt kê này khuyến khích chúng ta có sự phòng ngừa và có những thay đổi trong thái độ của bản thân để tránh phải chịu đựng những hoàn cảnh đau đớn như thế. Ví dụ, trong một bản kinh khác, Đức Thế Tôn đã khuyên chúng ta ăn uống một cách thiên vị, từ tốn để gìn giữ cho cơ thể được khoẻ mạnh.

Nhiều bản kinh đã mô tả Đức Thế Tôn giống như một vị lương y, một vị thầy thuốc. Với trí tuệ của mình, Ngài có thể chẩn đoán bản chất của một loại bệnh tật và kê đơn bốc thuốc chữa trị một cách thiện xảo. Thông thường, sự kê đơn của Đức Thế Tôn không phải thuốc thang thuộc Đông Y, thuốc truyền thống, thuốc Bắc mà là những tiên dược Phật pháp có năng lực chữa lành những nhận thức sai lầm trong tâm và xua đuổi những ý nghĩ cơn đau, bệnh tật ra khỏi tâm trí. Như Đức Thế Tôn đã dạy trong một bài kinh như sau:

> *"Hết thảy các loại thuốc trên thế gian*
> *Đa dạng và nhiều chủng loại*
> *Không có gì giống Pháp dược*
> *Do đó, này Tỳ Kheo, thọ nhận chúng.*
> *Hãy uống Pháp dược này,*
> *Để trừ bệnh già, chết.*
> *Để tiến tu và thấy chân lý*
> *Các Thầy sẽ nguội dục và giải thoát."*

Trở nên tự tại giải thoát nơi các dục chính là phương thuốc thần kỳ. Lo lắng, áp lực, khủng hoảng tinh thần, trầm cảm, tuyệt vọng, nghiện ngập, hay cho đến ly dị tất cả đều do bởi những cảm xúc tiêu cực của việc chấp trước và sân hận. Những cơn đau thể xác cũng là những sợi dây kết nối mạnh mẽ với sức khoẻ, cảm xúc của chúng ta. Giả dụ, khi chúng ta chấp nhận việc bản thân luôn luôn bị kích động bởi những duyên bên ngoài và bên trong, thì sau cùng chúng ta cũng nổi đoá, cáu tiết mà thôi. Khi chúng ta quá tức tối thì hẳn nhiên chúng ta không tài nào ngủ ngon được. Việc thiếu ngủ là cho huyết áp tăng, và điều này dẫn tới rối loạn tim mạch hay đột quỵ. Ngược lại, khi tâm chúng ta vắng lặng và thư thái, chúng ta thường xuyên ít bị bệnh, ít đau ốm. Và khi chúng ta bị thì chúng ta tự chữa lành rất nhanh chóng.

Hiểu được điều này, Đức Thế Tôn đã bắt buộc nhận thức về sự nguy hại như một phần của phương pháp điều trị cho Thầy *Girimānanda*. Bất cứ nỗi đau thân thể nào dù nhỏ nhẹ mà thầy *Girimānanda* đang phải chịu, thì liều thuốc Pháp là một liệu trình thích hợp. Pháp này không những có thể làm thuyên giảm những đau khổ tinh thần và thể xác cho thầy *Girimānanda* mà còn có thể hướng Thầy ấy đến Niết bàn, đây là trường sinh và bất tử. Đây là cách sự hiểu biết về chân lý trở thành dược liệu.

* 05 *
Tưởng Xả Ly

"Và này Anan, như thế nào gọi là sự nhận thức về loại trừ? Ở đây, vị Tỳ kheo không dung dưỡng một sự khởi sinh của ý tưởng dục lạc, vị ấy chối bỏ nó, xua đuổi nó, chấm dứt chúng, và xoá sạch chúng. Vị ấy không còn dung chứa sự khởi lên của một ý nghĩ của ác tâm,...sự khởi lên một độc niệm,...trạng thái bất thiện xấu xa, bất cứ khi nào chúng dấy khởi, vị ấy đoạn diệt chúng, chối bỏ chúng, xua đuổi chúng, hay xoá sạch dấu vết của chúng. Đây gọi là nhận thức về sự xả ly."

Sự xả ly là từ bỏ hay giữ sạch cái gì đó. Trong phần này, Đức Thế Tôn đang khuyên Tôn giả *Girimānanda* từ bỏ, xả ly, giữ sạch những yêu thích của giác quan, sân hận, tổn hại người khác, loài khác hay bất cứ ý tưởng bất thiện, không thiện xảo nào và sự bốc đồng. Sự nhận thức về xả ly không phải là thụ động. Xu hướng của chúng ta là hướng tư tưởng đến những yêu thích, đến những tư tưởng xâm hại hoặc tổn thương, đến những tư tưởng bất thiện xảo như tự cao, kiêu ngạo, keo kiệt, bủn xỉn, đó là những tư tưởng đã ăn sâu trong tâm thức của chúng ta. Sự nhận thức xả ly này yêu cầu nỗ lực cẩn trọng để xem xét tâm, từ đó chúng ta có thể can thiệp vào nếu những tư tưởng đó sanh khởi. Như khi chúng ta nói thì tư tưởng, ý nghĩ luôn luôn tới trước hành động. Nhiệm vụ của chúng ta là làm cho những tư tưởng ác độc chết ngay trong trứng nước trước khi chúng có cơ hội để chín muồi thành hành động bất thiện.

Trước khi Ngài đạt được giác ngộ, Đức Thế Tôn đã chia chẻ tư tưởng của Ngài ra thành hai bộ phận: thiện và bất thiện. Nhóm trước bao gồm những ý nghĩ, tư tưởng như sự luyến ái, sân hận, tàn hại người khác, loài khác. Khi Ngài chú ý rằng mọi ý nghĩ như thế mỗi khi dấy khởi lên trong tâm, Ngài quán chiếu đến những hậu quả tiêu cực xảy ra với chính Ngài và gây hại cho người khác, loài khác. Rồi, Ngài dùng sự tỉnh giác nơi ý thức từng bước loại bỏ chúng. Khi những phần riêng biệt của tư tưởng tiêu cực bị chế ngự và vượt qua, Ngài duy trì chánh niệm tỉnh giác để giữ cho những tư tưởng bất thiện khác không còn điều kiện sinh khởi nữa.

Chẳng hạn như, Đức Thế Tôn biết rõ sự luyến ái nơi các dục lạc của các giác quan mang lại rất ít niềm hạnh phúc đích thực nhưng lại là nguyên nhân đưa đến khổ đau. Bởi vì những vui thích mà họ đang trải nghiệm, người vô minh thường bị che mờ nhất thời để cho các kết quả của sự đam mê dục lạc được thoả mãn và đắm mình theo các khoái lạc. Trong trải nghiệm mỗi ngày, chúng ta thường xuyên bỏ qua những xung động thanh cao và đáng trân quý của mình. Mặc dù chúng ta có thể chấp nhận một cách tri thức rằng 'yêu đương là mù quáng', điều đó chỉ đến sau khi chúng ta chịu nhiều đau khổ do vì những trái ngang, đổ vỡ trong tình yêu mang lại mới làm cho chúng ta nhớ đến điều đó. Còn khi chúng ta đang yêu, đang đắm chìm trong đó thì chúng ta nghĩ rằng, cả thế gian này đều mù quáng cả rồi, chỉ có mình ta mới cảm nhận được chân giá trị của điều mà ta yêu thương, trân quý. Song, khi chúng ta quán chiếu lại nỗi đau do tình yêu mù quáng đem lại, chúng ta nhận ra rằng bản chất rất thực của dục lạc giác quan làm cho tâm trí, khuấy động, nhiệt não và bối rối. Khi khát dục trị vì, tâm không thể được an tịnh. Thấy được chân lý này, Đức Thế Tôn đã khuyên chúng ta từ bỏ ái dục để làm cho tâm được chuyên nhất và an lạc.

Tương tự như thế, những ý niệm ác hại khuấy nhiễu tâm ta. Sân hận không thể mang lại cho ta hạnh phúc. Bằng việc dễ duôi với các tâm sân hận, thực chất là chúng ta đang tạo ra đau khổ cho chính bản thân và làm cho sự đau khổ ấy liên miên, bất tận. Chúng ta không nên đau khổ một cách ngu ngốc như vậy. Đặc biệt, khi chúng ta bệnh, chúng ta phải dùng chánh niệm để tránh làm tăng trưởng sự sân hận cho thân mình hoặc tăng trưởng sự yếu đuối bệnh tật ấy thêm nữa. Cảm xúc bất hạnh và những trạng thái tiêu cực của tâm thực ra là làm cho bệnh của ta nặng thêm lên mà thôi. Ở một khía cạnh khác, giải thoát khỏi sân hận chính là thúc đẩy quá trình điều trị bệnh của chúng ta. Do biết rõ điều này, Đức Thế Tôn đã khuyên nhủ Thầy *Girimānanda* nên từ bỏ sự dung dưỡng sân hận và giải thoát, đoạn diệt nó một cách triệt để.

Một khía cạnh khác đó là những ý niệm ác hại người khác và loài khác sẽ làm hại chính bản thân ta. Khi chúng ta suy nghĩ một cách cẩn thận, chúng ta nhận ra rằng những ý niệm độc hại thực chất là đang làm hại chính bản thân mình mà không một ai khác cả. Chúng giống như những vết gỉ bên trong một thanh sắt vậy, dần dà cho đến cuối cùng thì nó huỷ hoại một cách mạnh mẽ và toàn bộ thanh sắt ấy luôn. Trong cách tương tự như thế, ý niệm độc hại hướng đến người khác và loài khác giống như một khối u lớn dần lên bên trong thân và phá huỷ thân thể và sức khoẻ của thân đó. Nói cách khác, khi chúng ta xả bỏ những ý niệm độc hại đối với người khác thì điều đó đồng nghĩa với việc chúng ta đang giúp chính mình. Chúng ta trực tiếp giúp bản thân giảm thiểu đi những bất hạnh, đau khổ, và cuối cùng chúng ta vượt qua được những xung đột, kích động trong hành động, vượt qua được những tạo tác ác độc và gây hại. Do đó, chúng ta tránh được việc gây tạo những nghiệp nhân bất thiện.

Một trong những phương pháp mà Đức Thế Tôn đã khuyến khích để vượt qua những tư tưởng tiêu cực cũng như ý niệm độc hại đó là hướng tâm trực tiếp đến các tư tưởng lợi ích. Chẳng hạn như, chúng ta thay những tư tưởng, ý niệm về khoái cảm dục lạc bằng những ý niệm, tư tưởng từ bỏ và xả ly. Sự từ bỏ trong ngữ cảnh này chính là sự xả ly hay là sự thả trôi, buông bỏ. Đó là một ý thức quyết định xả ly, ý chí kiên quyết từ bỏ những khát vọng dục lạc, sân hận, sự thèm khát, dính mắc, chấp thủ. Nó là sự quyết định mang tính ý thức để ngăn trở các căn, tránh những khuấy nhiễu, kích động và tập trung sự chú tâm của mình tới mục tiêu làm cho tâm được an lạc, thư thả và tĩnh lặng.

Tương tự thế, chúng ta thực tập để xả ly những độc niệm bằng việc thay thế chúng bằng những tư niệm thân thiện và yêu thương. Chúng ta nhớ những khích động xâm hại và ác độc đã làm cho bản thân mình bất an như thế nào và những ý niệm thân thiện, thương yêu hướng đến mọi người và mọi loài làm cho tâm tư chúng ta thư thái và hạnh phúc ra sao. Sự thương yêu cũng là một xu hướng tự nhiên vậy. Một khi chúng ta xả ly những ý niệm độc hại thì những tâm tư thân thiện, yêu thương sẽ được sanh khởi để lấp vào khoảng trống. Khi chúng ta đẩy lùi những tâm niệm bất thiện, thì các ý niệm độc hại cũng không còn nữa, thay vào đó là những sự chấp nhận thân thiện được có mặt và nó trải ra cho tận muôn vạn pháp, trong đó có cả thân tâm của chính mình và cả những bệnh tật ốm đau.

Tư tưởng lợi ích thứ ba đó là sự vô độc. Khi những ý nghĩ độc hại tới con người hay vạn vật sinh khởi, chúng ta quán chiếu tới những lúc chúng ta đang chịu đau khổ, những nỗi đau đớn do bị hành hạ, hung bạo và áp bức như thế nào. Như một kết quả, chúng ta thay thế những ý niệm độc hại bằng những ý niệm có tính chế ngự, từ bi và chăm lo cho người khác và loài khác. Sự xả ly, những ý niệm độc hại giúp chúng ta kiến tạo bình an và hạnh phúc, nó giúp chúng ta vượt qua đau khổ của chính mình.

* 06 *
Tưởng Vô Dục

"Này Anan, như thế nào gọi là sự nhận thức không dục vọng? Ở đây, vị Tỳ Kheo đi vào rừng sâu, đến dưới một gốc cây hay một bãi đất trống, an nhiên tĩnh toạ, vị ấy quán chiếu như sau: 'Đây là an lạc, đây sự an nhiên, đây là sự uy nghi, cao thượng, đó là, sự vắng bặt các hành vi tạo tác, sự từ bỏ các chiếm hữu, sự hoại diệt các ái dục, được vô dục, niết bàn.' Đây gọi là sự nhận thức về vô dục."

Trạng thái không có dục vọng, hay thái độ thản nhiên, lãnh đạm là phạm trù đối nghịch với ái dục. Khi nhận thức một cách rõ ràng thì ta bắt đầu phơi bày rằng luyến ái nơi những thứ vô thường là nguyên nhân đưa đến khổ đau, chúng ta trở nên tỉnh thức nơi những ảo mộng về những khát ái vốn đã buộc ràng chúng ta nơi những cảm thọ yêu thích, mê đắm. Cũng vậy, chúng ta nhận thức được rằng những ảo vọng đẩy chúng ta vào những cảm giác không ưa thích, đau khổ cũng là ái dục, những khát dục này luôn muốn biến những thứ khác phải đi theo ý muốn của mình mà điều này thật chất là khác rất nhiều so với bản chất vốn có của chúng. Do bởi các duyên luôn vận động biến chuyển tương tục không ngừng, do đó chúng ta hiểu rằng mọi cảm giác vui thích, ghét bỏ đều là những pháp vô thường và chúng cũng trở nên dễ tan biến như hư ảo, mộng tưởng vậy. Mỗi lần tâm chúng ta cố gắng cầm nắm cái này hay loại bỏ cái kia thì chúng ta khám phá ra rằng thực tế chẳng có cái gì cầm nắm được, bởi vì vạn pháp luôn thay đổi theo thời gian. Chúng ta biết được rằng ái dục giống như nỗ lực để cân bằng một hạt cải đặt trên đầu mũi kim vậy.

Trong những bài kinh đầu tiên mà Đức Thế Tôn đã dạy, Ngài đã giải thích tại sao việc đoạn diệt ái dục là vô cùng quan trọng. Vài tháng sau khi Đức Thế Tôn chứng ngộ, Ngài đã cư ngụ tại Gaya. Có lần, Ngài đã nói chuyện với một ngàn người đạo sĩ đang thực tập tôn thờ Lửa, và Ngài đã minh hoạ cho bài pháp của mình để giúp cho những Tín đồ thờ Lửa dễ hiểu bằng cách lấy chính ngọn lửa làm ví dụ. Bài pháp này được biết đến dưới tên 'Kinh Lửa Cháy', Ngài giải thích lí do và ý nghĩa của sự vô dục và tại sao chấp thủ nơi bất kỳ pháp nào đều phải nên chấm dứt. Cách duy nhất để thoát khỏi ngọn lửa đang thiêu đốt chúng ta đó là dập tắt ngọn lửa từ căn nguyên bên trong mỗi con người. Căn nguyên ấy chính là sự nhận thức chính nó. Như Đức Thế Tôn đã dạy các thầy Tỳ kheo rằng:

> *" Này các thầy Tỳ Kheo, tất cả đang cháy. Và này các Thầy, tất cả cái gì đang cháy vậy? Đó là, mắt đang cháy, các sắc đang cháy, nhãn thức đang cháy, nhãn xúc đang cháy, và bất cứ thứ gì là vui thích hay không vui thích khởi lên với nhãn xúc như là duyên, những thứ vui thích hay đau đớn hay chẳng phải vui thích chẳng phải đau đớn đi chăng nữa cũng đều đang cháy. Đang cháy bằng gì? Đang cháy với ngọn lửa của tham dục, với ngọn lửa sân hận, cháy với ngọn lửa vô minh, cháy với ngọn lửa sanh, già, bệnh, chết, với lo*

> *buồn, than khóc, đau đớn, bất an và tuyệt vọng. Ta*
> *nói như thế."*

Tương Ưng. 35.28.

Đức Thế Tôn tiếp tục với những thứ khác với cùng một chân lý như thế, tai và âm thanh, mũi và mùi, lưỡi và vị, thân và các xúc chạm, tâm và các ý nghĩ. Nói ngắn gọn, sáu căn và sáu trần và những đối tượng nhận thức đang đốt cháy chúng ta với những ngọn lửa của tham dục, sân hận, si mê, và đưa chúng ta đến vòng luân hồi của sanh, già, bệnh, chết. Nhận chân được sự thật này như sau:

> *"Do đó, này các Tỳ kheo thấy rằng, bậc thánh đệ tử*
> *nên chán bỏ đối với mắt, đối với sắc, đối với nhãn*
> *thức, với nhãn xúc, với bất cứ cái gì sinh khởi với các*
> *duyên của nhãn xúc, bất cứ những vui thích hay đau*
> *khổ hay không vui không buồn, trải nghiệm với sự*
> *khiếp sợ, vị ấy trở nên nhàm chán và vô dục."*

Cũng như thế, vị ấy trở nên tỉnh thức với tất cả những trải nghiệm của bản chất của các giác quan. Khi một đối tượng của nhãn căn xuất hiện, tâm chối bỏ nó với những nỗ lực ít ỏi bằng cách nhắm mắt lại hay hướng ánh nhìn sang một phương khác để tránh những đối tượng mà chúng ta không muốn thấy. Khi một âm thanh đập vào tai chúng ta thì tâm lập tức loại bỏ chúng nhanh như cách chúng ta búng ngón tay. Khi mùi tiếp xúc với mũi của chúng ta, tâm cũng loại trừ luôn nó nhanh như một giọt nước cuộn trôi trên lá sen. Khi chúng ta tiếp xúc với bất kỳ pháp nào đó thì tâm cũng buông bỏ dễ dàng như lực sĩ duỗi hay co cánh tay vậy. Khi một đối tượng của tâm xuất hiện trong tâm thì tâm cũng từ chối chúng nhanh như sự bốc hơi của một giọt nước khi búng vào cái chảo được đun nóng suốt ngày.

Như Đức Thế Tôn đã nói, nếu chúng ta thức tỉnh với các trải nghiệm giác quan thì chúng ta sẽ trở nên vô dục. Sự vô dục là một thái độ thiếu thích thú nơi cái gì đó. Nhờ sự vô dục, chúng ta xả bỏ những thói quen thường tình chấp trước nơi các dục hay các trải nghiệm. Khi thái độ này sinh khởi một cách tự nhiên như một kết quả của sự phát triển thiền quán, chúng ta được giải thoát khỏi đau khổ. Theo như bài kinh, một ngàn vị tăng đã nghe bài 'Kinh Lửa Cháy' đã đoạn diệt được chấp thủ của họ và chứng đắc Niết bàn, hoàn toàn giải thoát khỏi đau khổ.

Đức Thế Tôn cũng đã giải thích những chia chẻ này của bài kinh cho thầy *Girimānanda* để hướng tâm Thầy ấy thẳng đến chỗ không còn ràng buộc, Niết bàn. Niết bàn là trạng thái 'tuyệt đối' bởi vì trong trạng thái này, tâm được an lạc, lìa mọi duyên sanh, thoát hẳn ảnh hưởng của sự vô thường, biến đổi. Ở trong Niết bàn, tất cả những đau khổ bao gồm những bực tức, đau đớn của tật bệnh như Tôn giả *Girimānanda* đang trải qua đều chấm dứt vĩnh viễn. Vì lí do này, Đức Thế Tôn đã khuyến tấn tôn giả *Girimānanda* và cả chúng ta phát triển mạnh mẽ chánh niệm về sự vô dục, tâm tĩnh tịch chẳng còn dính mắc gì nữa.

* 07 *
Tưởng Đoạn Diệt

" Và này Anan, như thế nào gọi là tưởng đoạn diệt? Ở đây, vị Tỳ kheo vào rừng sâu, đến dưới một gốc cây hay một bãi đất trống, ngồi xuống với thân ngay thẳng quán chiếu như sau: 'Điều này là an lạc, điều này là cao thượng, đó là, sự vắng bặt các hành vi tạo tác, sự từ bỏ các chiếm hữu, sự hoại diệt các ái dục, được vô dục, Niết Bàn.' Đây gọi là sự nhận thức về đoạn diệt."

Khi chúng ta sang sự nhận thức thứ bảy, sự đoạn diệt, điều đầu tiên chúng ta chú ý là những lời mô tả của Đức Thế Tôn về tưởng này nó gần giống như định nghĩa của Ngài về sự nhận thức vô dục, tưởng vô dục. Sự khác biệt ở đây chính là sự thay thế giữa 'vô dục' bằng 'đoạn diệt'. Sự khác biệt về mặt ngôn ngữ này cho chúng ta thấy một điều rằng, phụ thuộc vào sự tu tập của bản thân về vô dục, và chánh niệm tỉnh thức hơn nữa, ở một mức độ thâm sâu và vi tế hơn thì sẽ đưa chúng ta đến sự nhận thức về đoạn diệt. 'Sự đoạn diệt' có nghĩa là chấm dứt. Đó là lời hứa của Đức Thế Tôn, nhờ nơi sự thực hành theo con đường mà Ngài đã vạch ra, đau khổ của chúng ta sẽ chấm dứt một lần cho mãi mãi.

Trong trạng thái tâm ta hiện tại, hầu hết chúng ta không thể hiểu được sự đoạn diệt thực sự ra làm sao. 'Sự đoạn diệt' có mặt chỉ khi chúng ta thành công trong công việc loại bỏ tất cả những trạng thái tiêu cực của tâm; những trạng thái ấy là bất kỳ loại tham dục hay sân hận hay bất cứ loại si mê, vô minh nào về bản ngã. Nói cách khác, 'sự đoạn diệt' được định nghĩa là không có gì ở đó cả. Nó chỉ sinh khởi khi chúng ta dập tắt tất cả những ngọn lửa bùng cháy mỗi khi lục căn tiếp xúc lục trần. Chúng ta có thể đạt được sự thoáng hiện đoạn diệt này khi chúng ta thiền tập với chánh niệm mạnh mẽ đến mức những trạng thái mê mờ của tâm được muội lược, những gì mà trước đây chúng ta gọi là che mờ thì đến đây bị loại bỏ. Song, chúng ta sẽ không chiêm nghiệm được sự giải thoát thực sự một khi chúng ta vẫn chưa đạt được trạng thái cuối cùng của Phật đạo.

Khi chúng trải qua những trạng thái của thiền tập chánh niệm, từ những nỗ lực sớm nhất của bản thân đến chú tâm trên hơi thở, trải qua trạng thái tinh thần cao hơn gọi là *jhanas*, sự nhận thức là cột mốc cực kỳ quan trọng trong tiến trình này. Đức Thế Tôn đã chỉ rõ ràng trong bài kinh Thiền Na rằng: " này các Tỳ kheo, ở đây Thế Tôn tuyên bố rằng ' chỉ khi sự đạt được nhận thức của các ông xa đến đâu thì sự chứng ngộ giải thoát hoàn toàn xa đến đó.' Nói cách khác, lộ trình của chúng ta hướng đến sự đoạn diệt, giải thoát khỏi tất cả mọi khổ đau có thể đo lường bằng những thay đổi trong cách thấu triệt của chúng ta về nhận thức và sự thay đổi này cũng từ nhận thức mà có. Với quan điểm trong quá trình thảo luận của chúng ta, chúng ta bắt đầu có thể thấy được sự sâu sắc trong lời dạy của Đức Thế Tôn. Trong những khía cạnh đầu tiên của con đường này, sự tiếp xúc giữa căn và trần là một sự xao lãng và chính điều này làm cho thiền sinh mất những khả năng để định tâm. Hơn thế nữa, chúng ta quan tâm đến những đối tượng của căn, bao gồm những bộ phận của cơ thể chúng ta như là những thứ chắc chắn, lâu dài và có khả năng đem đến niềm vui thích tối hậu hay cơn đau dai dẳng cho tự thân.

Song, khi chúng ta thiền tập trên một để mục của mười lối nhận thức này,

tâm sẽ dần trở nên tin chắc rằng không có gì là lâu bền vĩnh viễn cả, chẳng có gì mang lại cho chúng ta niềm vui sướng hay niềm đau cuối cùng cả, và càng không có gì chứa một bản ngã hay linh hồn thường hằng cả. Do nơi cách hiểu này, sự chú ý của chúng ta thay đổi từ nhận thức giác quan và đối tượng của nó thành sự nhận thức sâu sắc về những thú vui của đời sống ẩn dật và trú sâu nơi thiền. Như Đức Thế Tôn đã mô tả sự thay đổi này trong bài Kinh 'Thiền Định' như sau:

> *"Ở đây, tách biệt khỏi các ham thích giác quan... vị Tỳ kheo đi vào và an trụ nơi tầng thiền thứ nhất...Vị ấy quán xét bất cứ điều gì, pháp gì hiện hữu ở đó gắn liền với sắc, thọ, tưởng, hành, thức đều là vô thường, khổ, là bệnh tật, là bóng tối, là đau đớn, là tai hoạ, là ngoại bang, là đang tan rã, rỗng không và vô ngã. Vị ấy hướng tâm mình lìa xa các pháp ấy và thẳng đến các yếu tố bất tử."*

Nói cách khác, việc bắt đầu trong sơ thiền, chúng ta nhận ra rằng những uẩn của bản thân chúng ta như sắc, thọ, tưởng, hành, thức là không bền lâu, là đau khổ, là bệnh hoạn, nguy hiểm, là tai hoạ, tan vỡ, rỗng không và vô ngã. Khi quán chiếu năm uẩn bằng loại ánh sáng trí tuệ này, chúng ta dần dà xoay chuyển tâm mình đi theo một chiều hướng đối lập với thường tình, đó là hướng đến Niết bàn, và sự đoạn diệt của nó về tất cả khổ đau, uế trược. Như Đức Thế Tôn đã mô tả trạng thái xả ly đau khổ này trong kinh 'Thiền Định' như sau:

> *"Đây là an lạc, đây là cao thượng, đó là, sự vắng bặt các hành vi tạo tác, sự từ bỏ các chiếm hữu, sự hoại diệt các ái dục, được vô dục, niết bàn."*

Mục đích của chúng ta giờ đây đã được định rõ, chúng ta nhập vào thiền na lần này tới lần khác, dùng sự thanh tịnh, rõ ràng của nó, làm tinh sạch những đặc tính của tâm để chấm dứt tất cả những tư tưởng khái niệm và nhận thức của các pháp nhân duyên. Sự tĩnh lặng tinh tế của trạng thái an lạc này đưa chúng ta vượt thoát khỏi những ái dục của những vui thú tầm thường, sức khoẻ tầm thường mà thậm chí là những trạng thái tái sinh tầm thường. Như Kinh *Girimānanda* đã giải thích nó như sau: 'Tất cả những tạo tác bao gồm cả những tư tưởng về vui thích hay đau đớn, bệnh tật hay khoẻ khoắn, thậm chí sống hay chết, là những thứ chiếm hữu và chúng ta loại bỏ tất cả ái dục thậm chí chỉ là những ước mong về sự chiếm hữu cho đến những khao khát sanh thiên. Thay vào đó, chúng ta hướng tâm đến sự an lạc bất tử đó là sự xả ly, sự đoạn diệt, là Niết bàn.' Khi Đức Thế Tôn nhắc nhở Tôn giả *Girimānanda* chú ý đến điều này trong Kinh, lời hứa về sự đoạn diệt, giải thoát đã khuyến tấn chúng ta nỗ lực hành thiền hướng đến sự chứng ngộ những an lạc tịch tĩnh và thông thái.

* 08 *
Tưởng Vô Trước Đối Với Thế Gian

" *Và này, Anan, cái gì là sự nhận thức về sự không tham đắm nơi toàn bộ thế giới này? Ở đây, vị Tỳ Kheo tự kiềm chế mình mọi sự ràng buộc và chấp trước, quan điểm về tâm, mọi sự bám víu, những khuynh hướng tiềm ẩn trong mối liên hệ với thế giới, lìa bỏ chúng mà không chấp thủ chúng. Đây gọi là tưởng về vô trước với thế gian.* "

Sự nhận thức về không đắm nhiễm, tham luyến với tất cả thế gian là rất khó cho chúng ta để hiểu ngay bây giờ. Thông thường, chúng ta làm mọi việc chúng ta có thể để phát triển những điều kiện chúng ta thích thú trong cuộc sống mà mình có. Tuy nhiên, bởi đây là thời gian trong quá trình thiền tập của chúng ta về mười sự nhận thức, chúng ta đã thành công trong việc hướng tâm và sự nhận thức về các ham muốn khoái lạc của thế gian thực chất toàn là dối trá và không đáng để thèm muốn. Tâm rõ ràng quán chúng làm cho ta xao lãng khi ta bắt đầu có thể tập trung và khuyến khích ta tăng trưởng sự tham lam, tức tối và bối rối. Hơn thế nữa, khi chúng ta đã bắt đầu để trải nghiệm những an lạc và tĩnh lặng đạt được từ sự xả ly các khoái lạc giác quan. Chúng ta thích thú đối với những yên tĩnh nội tại và có sự mãnh liệt với an lạc bên trong, từ sự đoạn diệt dục vọng. Như một kết quả tất yếu, ta thấy dễ dàng để từ bỏ những tham đắm nơi thế gian tầm thường này.

Như những gì chúng ta đã thấy, một khi tâm ta đang được lắng đọng khỏi các yếu tố tham, sân và si thì tất cả những nhận thức của chúng ta khi sinh khởi đều lìa bỏ sự khích động với vạn pháp nơi thế gian. Chẳng có gì là đặc biệt nơi thế giới đầy tạm bợ này cả, và cũng chẳng có thứ gì để tâm phải tham đắm dính mắc trong đó cả; và cũng chẳng có gì đáng để nói phải thất vọng cả. Chẳng một pháp nào được gọi là khác thường hay phi thường cả. Những vấn đề tương tự của vô thường, đau khổ và vô ngã hiện hữu ở khắp mọi nơi. Nhận chân được sự thật này, tâm trở nên vắng lặng, an lạc và tịch tĩnh.

Nhưng ở một cấp độ sâu hơn, chúng ta có thể vẫn nuôi dưỡng hi vọng rằng các đời sống sau sẽ tốt hơn đời sống này. Có lẽ, chúng ta nghĩ rằng con người tái sanh ở một thế giới mà các điều kiện sẽ khác đi và những dục vọng cảm quan sẽ không còn là vấn đề nữa. Sự nhận thức về không còn tham đắm nơi thế gian yêu cầu chúng ta nhận ra được rằng bất kỳ sự tái sinh nào trong vòng luân hồi này, bất luận là cao quý nhường nào, thì đều là tập hợp của vô thường và đau khổ.

Giữa mười đề mục này, có những căn nguyên sâu thẳm của những trạng thái tiêu cực của tâm phải cần được đoạn trừ nhờ nơi thiền quán đó chính là tâm tham ái nơi sự tái sinh cõi trời sắc giới tốt đẹp và cõi trời vô sắc giới. Những cảnh giới mà ta tạm gọi là hiện hữu ấy là do tâm biến ra chứ không phải thực thể của các thế giới. Chúng được liên kết với các trạng thái thiền định trong quá trình thiền quán. Sự nhận thức về không tham đắm nơi thế gian yêu cầu chúng ta xả bỏ hi vọng tái sinh dù cho bất cứ một cảnh giới tâm linh nào như thế.

Thay vào đó, Đức Thế Tôn nói rằng, chúng ta phải dùng sự tự tin chúng ta có được bằng cách nhận thức rõ ràng về sự thật của tình cảnh chính mình để vượt qua những tham luyến, nghi ngờ, sợ hãi và đi vào trong trạng thái Niết bàn, giải thoát miên viễn khỏi khổ đau và luân hồi. Chẳng có gì thấp

kém mà chúng ta hay thầy *Girimānanda* phải làm cả. Như Ngài đã dạy trong kinh Điềm Lành - *Mahamangala* rằng:

> *" Tâm không sanh phiền não*
>
> *Khi va chạm việc đời*
>
> *Không lo sầu, uế trược*
>
> *Cũng chẳng lo lắng, ưu tư*
>
> *Là phước lành tối thượng."*

* 09 *
Tưởng Hữu Vi Hoại

" Và này, Anan sự nhận thức về sự vô thường trong mối liên quan với các hành là gì? Ở đây, vị Tỳ kheo đã khước từ, chán ghét, ghê tởm với các pháp hữu vi. Đây gọi là tưởng về hữu vi hoại."

Bây giờ chúng ta đang tiếp cận với bước cuối cùng trong tiến trình thiền tập của chúng ta hướng đến giải thoát khỏi đau khổ, triền phược. Tới điểm này, chúng ta dụng tâm vào những lộ trình tâm bên trong để đi theo con đường của Phật. Chúng ta sử dụng sự tập trung của năng lượng tâm mà chú tâm lên sự nhứt tâm của mình vào thân và các chi phần của thân, khám phá ra rằng thân cũng giống như mọi pháp hữu vi khác, đều là không bền bỉ, là đối tượng của hoại diệt và bệnh tật, là rỗng không và không có gì gọi là bản ngã. Kế đến, chúng ta quán chiếu đến sự lìa bỏ những nguyên nhân của khổ đau và thay bằng quán chiếu trên thái độ tỉnh thức và nhàm chán trên các đối tượng hay kinh nghiệm đã kinh qua trong cuộc sống một cách chín chắn, thậm chí đó là trạng thái yêu thích của sự thiền định sâu lắng. Sự nhàm chán giúp chúng ta đạt được trạng thái tiếp theo đó là sự nhận thức sâu sắc về trạng thái lìa bỏ những khổ đau của sự vô thường, trạng thái tịch diệt, Niết bàn. Nhận chân được rằng trạng thái bất tử là một mục tiêu duy nhất để hướng đến, và tất nhiên sự bất tử ở đây chính là trạng thái Niết bàn tĩnh lặng chứ không phải sống hoài không chết; chúng ta quán chiếu về sự vượt qua ước muốn tái sanh

ở dưới nhiều cảnh giới, thậm chí là trạng thái cảnh giới xa xăm vượt qua những khổ đau thân xác đi chăng nữa.

Ở đây, nơi sự nhận thức thứ chín này, sự thiền quán của chúng ta dẫn chúng ta đến sự lìa bỏ chấp thủ nơi mọi khái niệm, mọi hành uẩn, mọi nhân duyên, mọi tạo tác do nơi cấu hợp mà sanh, bao gồm cả lộ trình tâm của mình. Khi Đức Thế Tôn nói rằng : 'tất cả các pháp duyên sanh' điều ấy có nghĩa là các pháp hành thuộc thiện và các hành uẩn thuộc bất thiện, và tính cả các hành bất động. Những hành bất động đó là những trạng thái của tâm mà chúng ta phát triển thông qua sự thực tập các jhanas. Bất cứ một trạng thái tinh thần nào chúng ta có được với sự chứng đắc các jhanas thì cũng đều là vô thường cả.

Thi thoảng, tư tưởng của chúng ta dường như sâu thẳm và đặc biệt, chúng ta cảm giác rằng chúng nên lưu giữ những trạng thái ấy ở dạng thường hằng như thế để được kéo dài mãi mãi. Thật đáng tiếc, thậm chí những tư tưởng đặc sắc ấy thì cũng chỉ là pháp vô thường. Hiểu được điều này, chúng ta nhận ra rằng nắm giữ bất kỳ tư tưởng nào cuối cùng cũng chỉ đem lại khổ đau và trói buộc mà thôi. Sự tỉnh thức này khiến chúng ta xả ly chúng. Xả ly các hành, các pháp hữu vi, chính nơi sự xả bỏ này làm cho ta giải thoát khỏi gánh nặng vì cầm nắm và sở hữu chúng.

Chúng ta thấy chán ghét, ghê sợ bởi cái viễn cảnh còn tiếp tục chấp thủ bất cứ cái gì, thậm chí là sự nhận thức chính nó. Sự nhận thức, chúng ta nhận thức đó cũng là một pháp duyên sanh, tạo nên từ các căn và trần, cộng thêm sự chú tâm, tiếp xúc, cảm thọ, và thức mà có. Với bước cuối cùng này, sự từ bỏ này tính luôn cả tiến trình nhận thức để đạt được mục đích này, chúng ta đến ngưỡng cửa của vô vi, của Niết bàn. Đây là trạng thái mà tất cả mọi nhiễm ô, tham dục đã bị đoạn diệt sạch sẽ, tất cả vô thường, khổ, vô ngã dẫn đến tái sinh cũng bị dứt sạch. Chúng ta đã sẵn sàng để hoàn tất hành trình trên con đường của Phật. Như Đức Thế Tôn mô tả trạng thái cuối cùng cho đồ chúng của Ngài trong kinh *Vatthupama* – Ví Dụ Tấm Vải rằng:

> *"Khi vị ấy thấy và biết như thế, tâm vị ấy được giải thoát khỏi mọi uế trược của tham dục, giải thoát khỏi những dơ bẩn của hữu tình, giải thoát khỏi những cấu bẩn của vô minh. Một khi đã được giải thoát, vị ấy biết rõ rằng: 'Đã được giải thoát'. Vị ấy hiểu : "sanh đã tận, phạm hạnh đã thành, việc cần làm đã làm xong, không còn trở lại tái sinh thêm nữa."*

Như chúng ta dễ dàng thấy, toa thuốc của Đức Thế Tôn kê để điều trị cho Tôn giả *Girimānanda* là bao quát cả những căn bệnh cả thân bệnh lẫn tâm bệnh. Nhờ toa thuốc ấy mà Tôn giả *Girimānanda* và chính chúng ta được chữa lành hoàn toàn, đó là sự điều trị của giải thoát vĩnh cửu.

* 10 *
Hơi Thở Chánh Niệm

"Và này, Anan hơi thở chánh niệm là gi? Ở đây, vị Tỳ Kheo đi vào rừng, đến dưới một gốc cây hay một chỗ đất trống, ngồi xuống với tư thế hoa sen. Vị ấy bắt chéo chân, thân thẳng đứng, đặt chánh niệm trước mặt, với chánh niệm, vị ấy thở vào, với chánh niệm vị ấy thở ra.

Hít vào dài, vị ấy biết: Tôi hít vào dài. Thở ra dài, vị ấy biết: Tôi thở ra dài. Hít vào ngắn, vị ấy biết: Tôi hít vào ngắn. Thở ra ngắn, vị ấy biết: Tôi thở ra ngắn. Vị ấy tu tập như sau: 'Trải nghiệm toàn thân, tôi sẽ hít vào; vị ấy là thực tập; 'tỉnh giác toàn thân, tôi sẽ thở ra.' Vị ấy tu tập rằng: 'Làm yên lắng thân hành, tôi sẽ hít vào; làm yên lắng thân hành, tôi sẽ thở ra.'

Vị ấy tu tập như sau: 'Chiêm nghiệm hỉ lạc, tôi sẽ hít vào', vị ấy tu tập như sau: 'chiêm nghiệm hỉ lạc, tôi sẽ thở ra.' Vị ấy tu tập như sau: 'trải nghiệm hạnh phúc, tôi sẽ hít vào'. Vị ấy tu tập như sau:'trải nghiệm hạnh phúc, tôi sẽ thở ra.' Vị ấy tu tập như sau:'trải nghiệm tâm hành, tôi sẽ hít vào.' Vị ấy tu tập như sau: 'trải nghiệm tâm hành, tôi sẽ thở ra.' Vị ấy tu tập như sau: 'Yên tĩnh tâm hành, tôi sẽ hít vào.' Vị ấy tu tập như sau: 'yên tĩnh tâm hành, tôi sẽ thở ra.'

Vị ấy tu tập như sau: 'chiêm nghiệm nơi tâm, tôi sẽ hít vào.' Vị ấy tu tập như sau: 'chiêm nghiệm nơi tâm, tôi sẽ thở ra.' Vị ấy tu tập như sau: 'thắng duyệt nơi tâm, tôi sẽ hít vào.' Vị ấy tu tập như sau: 'thắng duyệt nơi tâm, tôi sẽ thở ra.' Vị ấy tu tập như sau: 'tập trung nơi tâm, tôi sẽ hít vào." Vị ấy tu tập như sau: 'tập trung nơi tâm, tôi sẽ thở ra.' Vị ấy tu tập như sau: 'giải thoát nơi tâm, tôi sẽ hít vào,' Vị ấy tu tập như sau: 'giải thoát nơi tâm, tôi sẽ thở ra.'

Vị ấy tu tập như sau: 'quán chiếu vô thường, tôi sẽ hít vào.' Vị ấy tu tập như sau: 'quán chiếu vô thường, tôi sẽ thở ra.' Vị ấy tu tập như sau: 'quán chiếu ly tham, tôi sẽ hít vào.' Vị ấy tu tập như sau: 'quán chiếu ly tham, tôi sẽ thở ra.' Vị ấy tu tập như sau: 'quán chiếu đoạn diệt, tôi sẽ hít vào.' Vị ấy tu tập như sau: 'quán chiếu đoạn diệt, tôi sẽ thở ra.' Vị ấy tu tập như sau: 'quán chiếu xả ly, tôi sẽ hít vào.' Vị ấy tu tập như sau: 'quán chiếu xả ly, tôi sẽ thở ra.'

Đây gọi là hơi thở chánh niệm.

Này Anan, nếu ông đến thăm thầy Girimānanda và

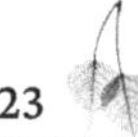

nói với Thầy ấy mười phép nhận thức này, có thể sau khi nghe xong về mười điều đó, Thầy ấy sẽ lập tức hết bệnh, sức khoẻ được hồi phục như lúc ban đầu.

Và rồi, khi Tôn giả Anan nghe xong mười phép nhận thức ấy từ Đức Thế Tôn, Thầy ấy đi đến Thầy Girimānanda và nói lại cho Thầy Girimānanda về mười điều ấy. Khi Tôn giả Girimānanda nghe xong thì bệnh tật lập tức tan biến. Tôn giả Girimānanda hồi phục không tưởng, và đó là cách mà Thầy ấy tự chữa khỏi bệnh của mình."

Sự Nhận Thức Thanh Tịnh của Hơi Thở Thanh Tịnh

Mười pháp nhận thức trị liệu hay hơi thở chánh niệm là rất quan trọng. Khi chúng ta đạt được những kinh nghiệm trong sự thực tập thiền quán trên hơi thở, điều đầu tiên chúng ta chú ý đó là chúng ta có thể nhận thức từng phần của hơi thở tuần hoàn vào ra của chúng ta một cách đúng đắn. Không gì có thể bóp méo được hơi thở. Dành tất cả sự chú tâm, không chia chẻ sự chú ý, hướng tâm đến sự thuần khiết của hơi thở, sự nhận thức của chúng ta dần trở nên thuần tịnh và thanh khiết. Nhận thức thanh tịnh của hơi thở thuần khiết làm lắng đọng tâm ta, làm thư giãn thân, làm tăng khả năng chữa trị cơn đau bệnh. Đồng thời, chúng ta đạt được sự thành thục trong việc chú tâm và chánh niệm, cả hai điều này đóng góp rất lớn cho sức khoẻ tinh thần của chúng ta.

Hơi thở chánh niệm cũng là một bài học. Khi chúng ta dùng thiền quán trên hơi thở để giải thích hệ thống của thân và tâm như bản chất của chúng, chúng ta đạt được tuệ nơi một số điểm trọng tâm của pháp. Như Đức Thế Tôn đã giải thích, 'Tất cả các giáo lý đều sinh khởi từ sự nhất tâm'. Khi chúng ta đã ghi nhớ rồi thì chúng ta có thể vận dụng hơi thở chánh niệm để đạt được sự hiểu biết sơ khai về năm uẩn : sắc, thọ, tưởng, hành, thức. Khi chúng ta nhận thức được năm uẩn của hơi thở bằng sự chú tâm chánh niệm, chúng ta ghi nhớ rằng mỗi mỗi uẩn như thế đều phải chứa đựng đủ cả ba thời đó là sát na sinh, sát na trụ và sát na diệt. Tất cả các uẩn khác đều tồn tại một sự thật như thế cả. Hoạt động này không bao giờ dừng lại. Nó là bản chất của vô thường. Sự tiếp xúc của hơi thở vào ra của chúng ta với nơi vành mũi cũng như những cảm thọ, các tưởng, các hành khởi lên trong thức khi chúng ta thở và không lảng vảng hay dây dưa thêm mà chấm dứt liền. Chúng biến mất mà không hề để lại dấu vết. Một khi chúng mất đi, chúng mất đi mãi mãi. Các sắc, thọ, tưởng, hành và thức mới luôn luôn xuất hiện. Việc tuân thủ sự thay đổi này dạy cho chúng ta tách rời và làm chúng ta dễ dàng để xả ly những trạng thái tham đắm, chấp trước hay dính mắc vào bất kỳ thứ gì trên thân hoặc là trong tâm.

Thêm nữa, hơi thở chánh niệm ủng hộ thiền quán một cách rõ ràng và tập trung nơi chín sự nhận thức khác. Khi ta đạt được mười pháp nhận thức này, chúng ta vận dụng sự rõ ràng và ổn định này để tiếp tục thiền quán về bốn nền tảng của chánh niệm là niệm thân, niệm thọ, niệm tâm và niệm pháp. Như một kết quả của các tầng thiền này, bảy yếu tố giác ngộ sẽ phát triển bên trong chúng ta. Những yếu tố như chánh niệm, quán tưởng đến các pháp, năng lượng, hỷ lạc, tĩnh lự, định, và xả ly sẽ sinh khởi tuần tự, mỗi trạng thái trước đó sẽ dẫn đến trạng thái kế sau nó. Chúng đưa ta đến sự chứng đắc quả vị 'Nhập lưu' hay Tầng bậc thứ nhất trong sự Giác Ngộ.

Bốn Nền Tảng Chánh Niệm

Bốn nền tảng chánh niệm được nói đến trong bản kinh *Girimānanda* như một chuỗi mười sáu đối tượng thiền quán. Mỗi chi phần của mười sáu đề mục này đều có hai phần rõ rệt đó là hít vào và thở ra. Mười sáu đề

mục có thể chia là bốn nhóm, mỗi nhóm lại có bốn đoạn, tương ứng với mỗi nhóm ấy là bốn nền tảng chánh niệm. Ở cấp độ thiền tập cao nhất, bốn đề mục thiền quán này trong đoạn đầu tiên về chánh niệm của thân tương ứng với bốn chu kỳ hơi thở ra và vào, nói cách khác, đó là tám hơi thở đơn chiếc, ra vào, vào ra. Thời Đức Thế Tôn có những vị Tỳ Kheo chứng đắc giác ngộ nhanh chóng nhờ họ có sự hiểu biết sáng suốt và chánh niệm toàn hảo. Ở đây, ta chia đoạn về đề mục thiền thành những đoạn nhỏ như sau:

Chánh Niệm trên Thân

- Hít vào dài, thở ra dài
- Hít vào ngắn, thở ra ngắn
- Hít vào trải nghiệm toàn thân, thở ra trải nghiệm toàn thân
- Hít vào yên tịnh thân hành, thở ra yên tịnh thân hành

Chánh Niệm trên Thọ

- Hít vào chiêm nghiệm hỉ lạc, thở ra chiêm nghiệm hỉ lạc
- Hít vào trải nghiệm hạnh phúc, thở ra trải nghiệm hạnh phúc
- Hít vào trải nghiệm tâm hành, thở ra trải nghiệm tâm hành
- Hít vào yên tĩnh tâm hành, thở ra yên tĩnh tâm hành

Chánh Niệm trên Tâm

- Hít vào chiêm nghiệm nơi Tâm, thở ra chiêm nghiệm nơi Tâm
- Hít vào thắng duyệt nơi Tâm, thở ra thắng duyệt nơi Tâm
- Hít vào định nơi Tâm, thở ra định nơi Tâm
- Hít vào giải thoát nơi Tâm, thở ra giải thoát nơi Tâm

Chánh Niệm trên Pháp

- Hít vào quán chiếu vô thường, thở ra quán chiếu vô thường

- Hít vào quán chiếu ly tham, thở ra quán chiếu ly tham
- Hít vào quán chiếu đoạn diệt, thở ra quán chiếu đoạn diệt
- Hít vào quán chiếu xả ly, thở ra quán chiếu xả ly.

Trong bài Kinh Chánh Niệm Hơi Thở - *Anapanasati*, Đức Thế Tôn giải thích nhiều chi tiết làm thế nào để thiền quán trên bốn nền tảng chánh niệm. Chúng ta bắt đầu bằng việc thiền quán trên nhóm thứ nhất, chánh niệm về thân như sau:

> *"Tại thời điểm một vị Tỳ Kheo đang an trụ trong sự quán chiếu thân trên thân, mãnh liệt, tỉnh giác đầy đủ, chánh niệm, đã xả ly tham dục và sầu não với thế gian. Tôi nói rằng đây là một thân giữa nhiều thân, được gọi là hơi thở vào và hơi thở ra. Đó là lí do tại sao tại một thời điểm một vị Tỳ Kheo đang an trụ trong sự quán chiếu thân trên thân, mãnh liệt, tỉnh giác đầy đủ, chánh niệm, đã xả ly tham dục và sầu não với thế gian."*

Sự tập trung của sự thiền tập đầu tiên này là 'thân-hơi thở', sắc hay là thân sinh khởi khi chúng ta thở vào và thở ra. Chúng ta chiêm nghiệm hơi thở như một thân khi sắc của nó hay các hình thù được tạo nên là căng lên hay xẹp xuống và chiêm nghiệm mỗi cảm giác của sự xúc chạm giữa mũi, phổi và bụng. Bài Kinh trình bày tiếp, 'thân-hơi thở' là 'một thân giữa các thân'. Nói cách khác, thân này là một của nhiều thân, hay nhiều bộ phận, những yếu tố cấu tạo nên thân thể con người. Chánh niệm tỉnh giác một cách tròn đầy và thanh tịnh về một phần trong ba mươi hai bộ phận của thân có thể đủ để cho một số thiền sinh đạt được tuệ.

Hơn thế nữa, khi chúng ta thiền quán trên 'thân-hơi thở' như một thân ở

giữa muôn thân, chúng ta vẫn chú ý đến thân trong thân và thân của thân, thấy thân là một phần của sắc uẩn, không hề đắm trước nơi những luyến ái hay tham đắm với những phần ngọt ngào hay trìu mến; và cũng chẳng bực tức hay ghét bỏ đối với những phần xấu xí và tàn úa. Giống như tất cả các sắc pháp khác, thân thể hiện hữu, có mặt một thời gian và biến mất đi. Do vì nó không phải của ta nên chẳng có lí do gì ta phải tham đắm dính mắc nơi nó cả, và cũng chẳng hà cớ gì phải bực tức, đau khổ khi thân thể bị bệnh ốm đau hay tàn tạ như một kết quả của sự lão hoá.

Thêm vào đó, chúng ta nhận ra rằng hơi thở cũng giống như bao thực thể (thân) khác, đều được tạo ra bởi các yếu tố đất, nước, gió, lửa. Chúng ta hoàn toàn có thể nhận ra bốn yếu tố này bằng những chức năng đặc trưng của chúng. Chức năng của địa đại là để sản sinh ra chất rắn hay chất mềm. Những cảm giác mà chúng ta trải nghiệm trong thân khi chúng ta thở là nhờ nơi sự có mặt của các chất rắn hay chất mềm của hơi thở địa đại. Tương tự như thế, chúng ta ghi nhớ rằng hơi thở cảm thấy khô khi thuỷ đại bị giảm sút. Khi chúng ta tỉnh giác nơi hơi ấm và độ ẩm trong hơi thở, đó là khi chúng ta biết rằng thuỷ đại trong hơi thở đang cao. Chức năng của phong đại (yếu tố không khí, hay gió) là sự chuyển động và năng lượng. Chúng ta chiêm nghiệm được phút giây của hơi thở nhờ yếu tố phong đại này. Nhiệt độ của hơi thở là do nơi yếu tố hoả đại của chính nó. Hơi nóng này thay đổi lên xuống. Khi sức nóng trong hơi thở tăng cao, chúng ta thấy thở nóng, khi nó giảm xuống ta cảm thấy hơi thở trở nên mát dịu.

Bên cạnh những yếu tố như ở trên, những bộ phận của cơ thể bao gồm hơi thở được mô tả là các phần thuộc bên trong và bên ngoài. Những yếu tố bên trong thân gọi là yếu tố nội tại và những yếu tố bên ngoài thân gọi là yếu tố ngoại tại. Nếu chúng ta nghĩ về sự phân biệt này thì nó sẽ nảy sinh ra trong ta rằng hơi thở mà chúng ta đang hít vào là yếu tố nội tại.

Khi chúng ta thở ra, hơi thở nội tại này ra ngoài và pha trộn với không khí và đó là hơi thở ngoại tại. Chúng ta cũng có thể nói rằng thân nội tại là hơi thở vào và thân ngoại tại là hơi thở ra.

Trong Kinh *Maharahulovada* – Đại Kinh Giáo Giới La Hầu La, Đức Thế Tôn đã giải thích ý nghĩa của hai chữ 'nội tại' và 'ngoại tại' như cách chúng áp dụng cho bốn yếu tố của thân. Với thuật ngữ phong đại, Ngài dạy: 'Bất cứ cái gì là thuộc về nội tại, thuộc về một thể đó là phong đại, nó là khí đi lên, nó là khí đi xuống, khí trong tứ chi, hơi thở vào, hơi thở ra, đó gọi là yếu tố phong đại nội tại.' Đức Thế Tôn cũng giải thích thêm rằng : 'cả hai yếu tố không khí nội tại và không khí ngoại tại đều đơn giản là yếu tố không khí cả.' Điểm mấu chốt là đây, bởi vì xu hướng của chúng ta là bám víu nơi các pháp chúng ta nhận thức là thuộc về mình. Khi nghĩ về 'trí tuệ chân thực', chúng ta nhận ra rằng không khí chúng ta hít vào – luồng khí bên trong – 'là không phải của ta, đây không phải là Ta, và nó không phải là tự ngã của ta. Khi một người nhận chân được như thế thì đó thật sự là một người trở nên tỉnh thức với phong đại và làm cho tâm không chán bỏ đối với yếu tố phong đại này.'

Đức Thế Tôn lại giải thích thêm, đôi lúc, luồng khí bên ngoài bị khuấy động. Nó cuốn phăng các ngôi làng, thị trấn, thành phố hay tỉnh ly và đất nước như nó đã làm trong các trận bão tố hay lốc xoáy. Ở một số thời điểm khác, suốt những tháng nắng nóng kéo dài của năm, con người tìm kiếm một cơn gió bằng các dụng cụ như quạt hay các ống thổi và thậm chí ngọn lau đầu mái tranh cũng chẳng có chút nào lay động. Đó là những thay đổi mùa màng của luồng khí ngoại tại, đó là điều mà tất cả chúng ta đều phải kinh qua, giải thích một cách sống động rằng: nó rất lớn, được nhìn thấy là sự vô thường, chủ thể của sự hoại tàn, biến chất và thay đổi. Và điều này cũng không khác gì cả đối với các yếu tố còn lại như đất, nước và lửa ở bên trong thân này hay bên ngoài thân ấy. Bản chất nó là thế.

Đức Thế Tôn hỏi: 'Thân này là chi, nó chỉ là sự bám víu của chấp thủ và ái dục, xong chỉ là tạm bợ một lúc mà thôi?' Thân thể của chúng ta cũng thế, Ngài đã nhắc nhở chúng ta là cả bốn yếu tố kia luôn luôn phá huỷ, tàn hoại, chấm dứt và thay đổi. Do đó, Ngài kết luận rằng: 'Chẳng có gì có thể coi là Tôi, hay Của Tôi, hay Tôi Là' cả.

Chúng ta tiến đến thiền tập nơi phân đoạn thứ hai, chánh niệm trên thọ, để phát triển nhận thức về hỷ lạc, nhận thức về hạnh phúc, nhận thức về các hành, nhận thức về sự tĩnh lặng của các hành. Những sự nhận thức này nhắc nhở chúng ta cũng giống như thân thể vậy, các cảm thọ có thể được phân chia thành những nhóm loại. Ở bất kỳ giây phút nào, chúng ta cũng có thể chú tâm đến bất kỳ loại cảm thọ nào hiện khởi như vui thích, chán ghét hay trung tính. Giống như sắc, cảm thọ sanh khởi, có mặt một thời gian, và rồi biến mất.

Chúng ta tu tập bản thân để dành sự quan tâm đến các cảm thọ theo hướng bình đẳng để chấm dứt những sai lầm về một cảm thọ là chắc chắn và thật có, hoặc giả là những cảm giác thích thú thì vẫn luôn luôn là cảm giác thích thú. Thay vào đó, chúng ta phát triển sự thỉnh giác giản đơn về bất kỳ cảm thọ nào sinh khởi, hiện hữu chốc lát rồi cũng đoạn diệt giữa muôn vàn cảm thọ khác như thế. Theo cách ấy, chúng ta tự chứng minh cho bản thân thấy được không có cảm thọ nào là 'của ta' và cũng không có yếu tố nào là 'ta' cả. Khi những cảm thọ được nhận diện như vậy bằng sự chánh niệm trọn vẹn và mạnh mẽ, thậm chí những cảm thọ của đau đớn khắc nghiệt có thể phải chịu đựng thì cũng không có sự bực tức hay sân hận nào ở đó cả, và cũng không có bất kỳ ý niệm tham đắm về những thứ khác như vui thích, sướng sung cả. Với cách thức tương tự, chúng ta tu tập tự thân để dành sự quan tâm đến các cảm thọ hỷ lạc, hạnh phúc khởi lên như một kết quả của sự thiền tập của mình từ nơi sự chuyển hoá tâm hành thành nên tĩnh lặng khi chúng ta nhận thức được chúng với chánh niệm thanh tịnh.

Chúng ta cũng có thể lấy chánh niệm nơi hơi thở để khám phá bản chất của tâm. Thông thường, chúng ta tỉnh giác nơi tâm chỉ khi mình dành sự chú ý đến tư tưởng, khái niệm, hay cảm xúc, khi chúng sanh khởi, tồn tại và biến mất. Song, khi chúng ta với tâm tư tĩnh lự, vững chãi bằng sự nhiệt thành, chánh niệm tỉnh giác, định tậm tự tại thì tâm ta được giải thoát khỏi tất cả các khái niệm, tư tưởng, bao gồm cả các khái niệm yêu và ghét.

Cuối cùng, ta dùng hơi thở để thiền quán về bốn điểm trọng yếu của Pháp đó là vô thường, nhàm chán, đoạn diệt và xả ly. Ở đây, chúng ta chú tâm đến các đặt tính của tâm, chú tâm đến các đặc tính trong tâm. Sự nhận thức tính vô thường của vạn pháp, chúng ta chiêm nghiệm sự nhàm chán, sự chán bỏ, nhàn gớm có nghĩa là chúng ta thấy sự thật như chính chúng, và hành động một cách sáng suốt mà không thử lại chấp thủ tham đắm lần thứ hai. Sự nhàm chán không có nghĩa là ta không đếm xỉa tới những điều xấu xa, định kiến, phân biệt, hay những gì trái đạo đức. Chúng ta làm những điều mà chúng ta có thể điều chỉnh, sửa cho đúng những điều chúng ta thấy là sai khi mình gặp phải, nhưng chúng ta cũng nên hiểu rằng những nỗ lực đó chỉ là một phần nhỏ của những điều kiện để thay đổi những tình cảnh rắc rối của hữu tình. Chúng ta cũng hiểu rằng có rất nhiều khía cạnh thực tế mà chúng không thể làm gì để thay đổi. Chúng ta già đi. Chúng ta yếu dần và rồi chúng ta chết. Những gì chúng ta có thể làm cho những sự thay đổi này? Chúng là bản chất của sự thật. Tất cả chúng ta có thể làm đó là chấp nhận chúng. Sự nhàm chán là chấp nhận một cách công tâm sự thật như chúng vốn là. Một thái độ nhàm chán giúp chúng ta đạt được mục tiêu của sự đoạn diệt, giải thoát – sự xả ly những tham lam, bức bối mà sự phát triển chánh niệm đặc biệt đó là yếu tố đầu tiên trong bảy yếu tố giác ngộ.

Tuy nhiên, chúng ta không nhất thiết phải thực tập hết cả bốn phân đoạn này. Thậm chí chỉ nhớm đầu tiên, chánh niệm nơi thân, cũng có thể đủ cho một thiền giả thực tập để phát triển thất giác chi. Song nếu ta không thành công trong việc phát triển thất giác chi bằng thiền tập sự chánh niệm trên thân thì ta có thể chuyển sang xứ thứ hai đó là thiền tập chánh niệm trên thọ. Nếu chúng ta không thể đạt được tất cả các yếu tố trước khi kết thúc xứ thứ hai thì ta có thể thử xứ thứ ba, chánh niệm trên tâm. Tương tự, ta có thể chuyển đến xứ thứ tư như thế. Chiến lược này cho ta thấy được sự hiểu biết về căn cơ, trình độ cũng như duyên của thiền sinh khác nhau của Đức Thế Tôn. Những pháp thiền chánh niệm về ba mươi hai yếu tố rắn cũng như lỏng của thân thể tương đối thẳng thắn và do đó thiền giả có thể có những tác động tích cực và dễ dàng trong quá trình quán chiếu. Tuy nhiên, Đức Thế Tôn đã làm rõ về thất giác chi có thể sanh khởi như một kết quả của thiền chánh niệm về bất kỳ xứ nào trong bốn xứ nói trên.

Bảy Yếu Tố Giác Ngộ

Chúng ta thực tập thiền Tứ Niệm Xứ để phát triển Thất Giác Chi. Trong bài Kinh *Anapanasati* – Chánh Niệm Hơi Thở, Đức Thế Tôn đã giải thích cách thức mỗi chi phần sinh khởi trong tiến trình tuần tự và chi phần này sẽ dẫn đến chi phần tiếp theo.

Hành giả đạt được chi phần thứ nhất, chánh niệm, khi vị ấy chiêm nghiệm chánh niệm tỉnh giác liên tục không gián đoạn về bất kỳ một để mục thiền nào đó, chẳng hạn như một bộ phận của thân. Để chánh niệm của ta trở thành một yếu tố giác ngộ, nó phải rất mãnh liệt, tỉnh giác tròn đầy, thoát khỏi mọi tham ái hay sân nhuế. Khi chánh niệm được đánh thức như thế, nó phải được phát triển bằng sự thực tập liên tục, không gián đoạn, thông qua sự chánh niệm đó sẽ 'đi đến hoàn thiện', đây là yếu tố giác ngộ thứ nhất – niệm giác chi.

Khi chúng ta chánh niệm không ngừng nghỉ được thành tựu, thiền giả thẩm tư trạng thái ấy với trí tuệ và đi vào sự quyết trạch đầy đủ phía bên trong nó. Việc thực tập này bắt đầu với sự chú tâm cẩn trọng để phân định giữa đúng và sai, thiện và bất thiện, tội lỗi hay không tội lỗi, cao thượng hay hạ liệt, tối và sáng v.v...của tâm hay hữu tình. Song, không nhất thiết thiền giả phải phân định giữa trạng thái nội tại hay ngoại tại, tức những pháp sinh khởi bên trong tâm và thân và những pháp bên ngoài thân và tâm.

Ví dụ như, một thiền giả có thể chọn để quán chiếu nhãn thức và các đối tượng của nó như một đoá hoa. Như chúng ta nói, khi một đoá hoa bên ngoài tiếp xúc với mắt thì nhãn thức phát sinh bên trong. Khi mắt, hoa, và thức giao thoa thì tương tác khởi sinh. Và rồi, các cảm thọ và nhận thức khởi lên trong tâm. Thậm chí, khi chúng đang sinh khởi thì đoá hoa, con mắt và nhãn thức tự thân nó cũng đang thay đổi và mất đi. Nhận thức đây là vô thường, tâm ham thích của thiền giả nơi việc yêu mến đoá hoa tươi đẹp, thơm tho, tươi tắn tan biến. Từ sự quán xét này, thiền giả kết luận rằng con mắt bên trong, nhãn thức, và tất cả đối tượng tri giác bên ngoài như hoa cỏ, núi đồi, đều là vô thường, đau khổ và vô ngã. Khi nhận thức của thiền giả về sự thật này trở nên sâu sắc và bao quát, chi phần thứ hai là 'trạch pháp' được phát triển, cuối cùng trở nên hoàn thiện như một yếu tố giác ngộ.

Bây giờ, thiền giả tiếp tục những sự quán chiếu đó với sự nỗ lực không ngừng, và bằng việc làm như thế, đánh thức chi phần giác ngộ tiếp theo – 'tinh tấn', thực tập điều này sâu hơn và đưa đến toàn thiện. Tinh tấn này là nguyên nhân tạo nên yếu tố thứ tư đó là 'hỷ lạc' khởi sinh trong thiền giả, với sự thực tập chuyên nhất không ngớt đưa đến toàn thiện như một yếu tố giác ngộ. Hỷ này làm cho thân và tâm tịch tịnh và đánh thức, phát triển, và đi đến toàn thiện yếu tố giác ngộ thứ năm – khinh an. Khi thân

và tâm của hành giả đã được khinh an, những cảm thọ về niềm hân hoan được sinh khởi, dấy lên sự định tâm của thiền giả, với sự phát triển và đi đến toàn thiện 'định' giác chi. Cuối cùng, hành giả nhìn sâu và bằng sự xả ly vào tâm chánh định như thế, điều này làm đánh thức, phát triển và đưa đến toàn thiện 'xả' giác chi của bảy chi phần giác ngộ.

Đức Thế Tôn cũng đã giải thích rằng thiền giả cũng phải phân định giữa duyên thích hợp hay không thích hợp, tức hợp thời hay không hợp thời cho việc tu tập những chi phần khác nhau của bảy chi phần giác ngộ này. Ví dụ, khi tâm chậm lụt thì đó không phải thời cơ tốt cho việc phát triển chi phần khinh an, định và xả. Đức Thế Tôn dùng một phép so sánh đơn giản trong phẩm Tương Ưng Giác Ngộ để giải thích lí do này:

> *"Cũng giống như khi một người muốn đốt lên một đốm lửa nhỏ, nếu anh ta ném cỏ ướt, lá xanh và củi ướt vào, xịt hơi nước vào nó, hay đổ chất rắn vào trong đó, anh ta sẽ không bao giờ có thể nhóm được một đốm lửa nhỏ."*

Bởi vậy cho nên, khi tâm còn chậm lụt, thiền giả nên tu tập trạch pháp, tinh tấn, và hỷ giác chi sẽ giúp đánh thức và vực dậy, nâng cao tâm đang chậm chạp ấy. Tương tự như thế, khi tâm tư chúng ta quá ư xung động, sôi nổi thì không thích hợp để tu tập trạch pháp, tinh tấn hay hỷ giác chi.

> *"Cũng giống như khi một người muốn dập tắt một đám lửa lớn, nếu anh ta ném cỏ khô, lá khô và củi khô vào, thổi hơi gió vào nó, hay không đổ chất rắn vào trong đó, anh ta sẽ không bao giờ có thể dập được đốm lửa lớn đó."*

Cho nên, khi tâm đang phấn khích, thiền giả nên tu tập những yếu tố tĩnh lặng chẳng hạn như khinh an, định và xả giác chi. Làm như thế, Đức Thế Tôn giải thích thêm, giống như ném củi ướt, lá xanh, cỏ ướt vào trong đám lửa to, xịt hơi nước, đổ cát lên nó vậy.

Nói cách khác, việc thiết lập bốn nền tảng của mười sự nhận thức, chúng ta có thể tu tập thất giác chi và các đặc tính chúng ta cần để đạt được giác ngộ. Nhưng, chúng ta phải cẩn thận và chánh niệm, vận dụng sự phân định trí tuệ để thấy đúng khi nào và cách nào để tu tập mỗi chi phần trong khi vẫn giữ tâm cho cân bằng. Biết cách vực dậy và làm mới tâm khi chúng chậm lụt và trì trệ, và làm lắng đọng, kìm hãm cho tịch tĩnh khi tâm quá lao xao, năng động. Dẫu cho, quá trình này dường như phức tạp và mục tiêu giải thoát hoàn toàn khỏi khổ đau là không dễ đạt được, nhưng sự nhận thức thứ mười nhắc chúng ta rằng con đường dẫn vào giải thoát bắt đầu với sự chánh niệm hơi thở giản đơn là hít vào và thở ra.

PHẦN III: NHẬN THỨC QUÁN

* 01 *
Quán: Vô Thường và Sáu Trần

Bây giờ, chúng ta đã có một vài hiểu biết về mười phương pháp nhận thức trị liệu, hãy cùng nhau quán chiếu sâu hơn nữa liệu pháp đầu tiên của mười liệu pháp này đó là nhận thức về vô thường, điều mà chúng ta đã khảo cứu ở phần II với cái nội dung sơ bộ và khái quát. Trong những phương pháp thiền quán sau, chúng ta dùng hơi thở chánh niệm như là một yếu tố căn bản của thiền vipassana hay thiền tuệ minh sát nhắm vào mục tiêu chứng đắc trực tiếp nhận thức về vô thường. Về vô thường, bất cứ ai cũng có thể thấy được vô thường nhìn trên bề mặt nổi. Song, nếu chỉ là như thế thì không đủ để tạo nên sự khác biệt trong cuộc đời của chúng ta. Chúng ta cần quán chiếu về vô thường một cách sâu sắc trong chiêm nghiệm của chính bản thân mình. Trong quá trình thiền tập, ta dành trọn sự chú tâm chánh niệm cho những tiến trình của chính bản thân, thân thể mình, tâm ý của chính mình mà không thêm những sự giả định hay ý niệm tiền nhận thức nào đó. Sự chú tâm tĩnh lự một cách công bằng như vậy giúp tâm chúng ta thấy được tính vô thường từ tận gốc rễ của chính nó. Một cách trực tiếp, kiến thức tiền khái niệm của vô thường mở ra cánh cửa để thấy được sự thật về tất cả các pháp duyên sinh.

Thiền tuệ minh sát, như chúng ta đã nói, đó là sử dụng chánh niệm để quán sát các pháp. Khi chúng ta thực tập thiền tuệ minh sát, chúng ta có thể sử dụng bất kỳ đối tượng nào như là một điểm để tập trung, do tất cả các đối tượng đều có những đặc tính phổ quát như nhau. Dẫu cho chúng

ta dán tâm lên hơi thở hay lên bất kỳ bộ phận nào của thân thể, hay lên các cảm thọ, các tưởng, các hành hay các thức, thì chúng ta đều khám phá ra sự thật như nhau đó là vô thường, khổ và vô ngã của tất cả các sắc, các thọ, các tưởng, các hành và các thức, những cảnh vật, âm thanh mùi vị, xúc chạm hay đối tượng tâm. Trong khi thở vào và thở ra, chúng là những gì chúng ta trải nghiệm.

Toàn bộ sự thực tập thiền Phật giáo đều bắt đầu bằng việc thấy sự thật về vô thường. Ngay giây phút Thái tử Tất Đạt Đa, tức vị Phật sẽ thành, thấy tướng vô thường bằng con đường sâu sắc nhất, tâm Ngài đã bắt đầu mở ra để bắt đầu sự khám phá của Ngài về sự nhàm chán, đoạn diệt và xả ly. Với chánh niệm toàn hảo, Đức Thế Tôn thấy sự vô thường ngay trong thân, trong sắc, trong thọ, trong tưởng, trong hành và trong thức, chúng khởi sinh, trụ thời gian và rồi biến mất theo hơi thở. Ngài đã vận dụng sự thật căn bản này để đào sâu vào tuệ quán, giải thoát tâm mình khỏi những tham đắm vào các pháp vô thường, và phá bỏ mọi xiềng xích trói buộc Ngài vào vòng luân hồi đau khổ. Chúng ta hoàn toàn có thể theo gót chân Đức Như Lai bằng cách thực tập siêng năng thiền quán như dưới đây.

Chúng ta bắt đầu bằng việc sử dụng chánh niệm để trở nên tỉnh thức với các tiến trình nhận thức. Như chúng ta đã nói, sự nhận thức chiếm giữ trong tâm là kết quả của sự giao thoa giữa các căn trần với một căn nào đó trong sáu căn và thức sinh từ tiếp xúc của căn và cảnh đó. Khi ta dành sự chú tâm đến tiến trình này với chánh niệm cẩn trọng, chúng ta trở nên tỉnh thức với bất kỳ khía cạnh nào của nhận thức chúng ta, biết rằng chúng đang thay đổi, các cảnh tự thân chúng thay đổi, sự chú tâm của ta lên những đối tượng như thế cũng thay đổi, và nhận thức của chúng ta cũng thay đổi như chúng ta nhận biết chúng vậy. Và đến cuối cùng, tất cả điều chúng ta nhận thức đều thay đổi.

=> Chúng ta bắt đầu mỗi loại thiền tập bằng việc thực tập hơi thở chánh niệm như đã mô tả ở Phần II mục 10 – Hơi thở chánh niệm vậy.

=> Một khi thân đã được thư giãn và tâm được an tịnh, chúng ta hướng sự chú tâm đến sự nhận thức nơi sáu loại đối tượng giác quan là các cảnh tượng bên ngoài, các âm thanh, các mùi, các loại vị, các xúc chạm và các đối tượng của tâm.

=> Ví dụ, chúng ta nghe một âm thanh của con chim bồ câu, chim sẻ, chim sơn ca, vẹt hay chim uyên ương chẳng hạn. Chúnng ta chú ý rằng một số âm thanh của các loài chim thì làm ồn ào và chói tai, một số khác thì cảm giác du dương và thích tai. Cũng thế, khi tai ta nghe tiếng con người, cũng có một số giọng nói nghe chát chúa khó ưa, nhưng cũng có những giọng nói trìu mến, dễ thương. Khi chúng ta đang nghe, để ý rằng những gì mình đang nghe cũng đang thay đổi. Khi chúng ta lắng nghe với tâm chánh niệm, không sân hận, tham đắm hay mê mờ, tất cả những gì ta nghe là thay đổi và vô thường.

=> Kế tiếp, chúng ta có thể hướng sự chú tâm của mình đến các đối tượng như các loại hương. Chúng ta ngửi, hít vào mùi thơm của một đoá hoa tươi hay mùi của xà phòng tắm, mùi phân bò, mùi bánh rán thì chúng ta dành toàn phần chú ý chánh niệm lên chúng. Bất cứ thứ gì chúng ta ngửi thấy và chú ý đều thay đổi liên tục.

=> Tiếp theo, chúng ta dành sự chú tâm đến các xúc chạm của quần áo lên da, sần sì hay láng lẩy, thô ráp hay mịn màng, nóng hay mát, chúng cũng thay đổi liên tục. Chúng ta trải nghiệm các xúc chạm khi ngồi trên bồ đoàn, và cách thức sự nhận thức này thay đổi từ mềm và dễ chịu sang cứng và khó chịu. Chúng ta kinh qua những thay đổi cảm nhận đó với sự tỉnh thức.

=> Nếu chúng ta mở mắt, chúng ta thấy lá cây, nhành cây và thân cây, đám

mây đang bay. Mọi thứ mà con mắt có thể thấy là đang chuyển động và thay đổi theo các cách khác nhau hoặc rõ ràng, thô tháo hay vi tế.

=> Bây giờ, chúng ta chú ý rằng mọi pháp mà chúng ta nhận thức đều đang thay đổi. Chẳng có bất kỳ thứ tự nào cho sự sinh khởi nơi các pháp. Trong khi tỉnh thức về âm thanh, chúng ta lập tức trở nên tỉnh thức nơi sự vô thường của các cảm thọ hay ý nghĩ hay bản thân của thức. Chúng ta cho phép tâm kinh qua những thay đổi trong bất cứ trật tự nào mà chúng sanh khởi. Không nhất thiết đối tượng của tâm tỉnh thức đến là gì, thì đối tượng ấy trong nhận thức của chúng ta cũng đều là vô thường. Chúng ta không cần phải thúc ép mình phải thấy tính vô thường đó. Vô thường, nó ở ngay đó, với các dấu hiệu rất rõ. Vạn pháp chúng ta nhận thức đều hiện ra rất rõ là vô thường.

=> Tương tự như thế, tất cả các loại cảm thọ như thích thú, không như ý, hay trung tính, chúng khởi lên từ mắt, tai, mũi, lưỡi, thân đều luôn luôn thay đổi.

=> Khi những tư tưởng thay đổi, thiện, bất thiện, hay trung tính, chúng ta dành sự chú tâm chánh niệm đến chúng. Tất cả chúng ta ghi nhớ về chúng đó là sự thay đổi liên tục.

=>Bất kỳ sự nhận thức nào sinh khởi đều phụ thuộc vào cảnh, âm thanh, mùi hương, vị, xúc chạm hay tư tưởng đều luôn luôn thay đổi. Bất kỳ trạng thái tâm thức nào sinh khởi tuỳ thuộc nơi cảnh, âm thanh, mùi, vị, xúc chạm, và ý nghĩ cũng đều thay đổi liên tục. Trong khi chúng ta đang dành sự chú tâm như thế thì bản thân chúng cũng đang trong quá trình thay đổi.

=> Bên dưới tất cả sự thay đổi này chính là hơi thở, và hơi thở cũng luôn thay đổi. Cảm thọ về hơi thở, nhận thức về hơi thở, sự chú ý đến hơi thở, sự chú tâm lên sự chú ý của hơi thở, và sự tỉnh thức của hơi thở, tất cả chúng cũng thay đổi mà không có bất kỳ một năng lực nào có thể ngăn chặn sự thay đổi này diễn ra cả. Không gì có thể ngăn sự thay đổi này của vạn pháp.

=> Khi chúng ta hít vào, mặc dù hơi thở đó không nhắc nhở chúng ta tĩnh lại. Nó thay đổi bởi chính nó. Nó đi vào phổi, trao đổi oxy thải các bon, và chúng đi ra khỏi phổi. chúng ta không cần tác động hay làm bất cứ gì để điều này diễn ra hay ngăn chặn nó, nó xảy ra như chính tự nó thế.

=> Nhịp tim của chúng ta, sự tuần hoàn máu thông qua mao dẫn, động mạch và tĩnh mạch, sự chuyển động này diễn ra một cách tự nhiên và xuyên suốt một quá trình tương tự của vô thường. Sự toả nhiệt nơi thân cũng như việc hấp thu nhiệt từ bên ngoài để điều hoà thân nhiệt thì cũng nhờ nơi sự vô thường mà diễn tiến. Nhiệt trong thân chúng ta phải lưu thông, khí trong thân lưu thông, nước trong thân cũng lưu thông, tất cả các yếu tố khác cũng phải vận hành một cách tự nhiên để giữ cho thân thể được tồn tại. Tất cả các chức năng trong thân phải làm nhiệm vụ của chúng một cách tự nhiên là do bởi vô thường. Chúng ta sử dụng chánh niệm để trở nên tỉnh thức về tiến trình này trong khi thở. Nếu chúng ta không đủ tỉnh giác về tất cả những sự thay đổi đồng thời này, thì chúng ta cố gắng tỉnh giác nơi bất cứ cái gì chúng ta có thể chú ý trong khi chúng ta hít vào và thở ra.

=> Và rồi, chúng ta nhận ra rằng sự thay đổi chính là bản chất của tất cả các sắc, thọ, tưởng, hành, thức của mọi người và mọi vật trong vũ trụ. Tất cả chúng thay đổi biến chuyển liên tục. Với sự hiểu biết này, chúng ta hít vào thở ra. Chúng ta cảm nhận được rằng chúng ta đang thở với sự tĩnh lặng trong thế giới, tất cả đều đang trải qua sự thay đổi giống sự thay đổi đang diễn ra trong ta và chính ta.

=> Mặc dù chúng ta có thể mong muốn để dừng sự thay đổi này để lưu giữ phút giây hiện tại, nhưng đó là việc bất khả thi. Guồng quay của cuộc sống không bao giờ dừng nghỉ dù chỉ trong sát na. Sự cố gắng của chúng ta để ngưng đọng phút giây hiện tại ở một điểm giống như việc chúng ta cố gắng để bắt lấy không khí vào lòng bàn tay vậy. Thay vào đó, tâm chánh niệm để nó diễn ra tự nhiên mà không khao khát thay đổi vạn vật cũng chẳng than khóc cho số mệnh mà làm gì. Thái độ này chính là sự xả ly, sự lìa bỏ. Trong khi sự chú ý đến vô thường, sự bất định, sự đoạn diệt, và sự xả ly như thế, chúng ta thở vào, chúng ta thở ra.

=> Sự chú ý đến những thay đổi này với tâm không tham đắm, không giận giữ, không ngu muội là chúng ta đang thực tập chánh niệm. Chúng ta nhận diện hơi thở, cảm thọ, sự nhận thức, các hành, sự chú tâm, sự tập trung tất cả các loại tư tưởng và thức có mặt ở đó để giúp chúng ta đạt được tuệ đi vào sự thật của vô thường. Bất cứ ai dành sự chú tâm hoàn toàn không gián đoạn vào hơi thở, cảm thọ, tưởng, hành, thức có thể chiêm nghiệm sự thay đổi tương tự như chúng ta chứng nghiệm.

* 02 *
Quán Tâm Biến Chuyển

Khi chúng ta nhìn vào sự thay đổi bản chất của các kinh nghiệm bản thân, chúng ta biết được tâm không ở dạng tĩnh lự khi nó tỉnh thức về những sự thay đổi của các pháp duyên sinh. Chúng ta phát giác ra rằng tâm cũng thay đổi khi nó ghi nhận sự thay đổi của các pháp khác. Tâm không phải là một động cơ bất động. Bởi rằng khái niệm 'động cơ bất động' cũng đã là không hợp lý. Một người bất động không thể nhận biết sự chuyển động của đối tượng khác mà không tự di chuyển bản thân. Hay nói cách khác, muốn để nắm bắt sự chuyển động của các vật chuyển động thì chỉ có cùng chuyển động theo nó chứ đứng yên thì không tài nào nắm bắt được.

Nói cách khác, sự tỉnh giác về vô thường của chúng ta cũng là vô thường. Điều này lý giải tại sao tâm trong khi đang nhìn thấy vô thường nơi các thọ, tâm cũng bị trôi dạt ra khỏi sự tỉnh thức. Trong khi chúng ta đang chánh niệm về sự thay đổi của một âm thanh, chúng ta lại nghe một âm thanh khác. Và rồi, ta rời bỏ âm thanh đầu tiên mà để ý đến âm thanh thứ hai. Sự lăn tăn, trôi dạt của tâm như thế cho ta thấy được sự quan sát của tâm về sự vô thường của một pháp cũng luôn thay đổi. Nó tự thay đổi chính nó để có thể chú ý đến đối tượng của nó, cái mà cũng đang thay đổi.

Trong khi chúng ta quan sát về sự thay đổi của một nhận thức, một nhận thức khác dấy khởi. Rồi tâm mình cũng theo đó và chú ý đến sự thay đổi đó. Trong khi thâm nhập vào trong nó, một nhận thức khác lại dấy lên, khi nhận thức ấy sinh khởi, đạt tới đỉnh cao của nó và rồi biến mất và tâm

cũng đi theo trình tự như vậy. Thi thoảng, trước khi một nhận thức rời khỏi một bước để đến bước tiếp theo, tâm cũng thay đổi theo để hướng tới một đối tượng khác. Tâm không ở yên một chỗ để quán chiếu trên đối tượng để thấy được sự hoàn thành của bước thay đổi này được. Sát na sinh khởi, sát na trụ lại và đỉnh điểm và sát na hoại diệt. Quan sát và chú ý là những chức năng linh hoạt và năng động.

Chúng ta có thể chú ý đến sự thay đổi trong cảm xúc chính bản thân, các cảm giác thích thú, ghét bỏ, chán chường, hay trung tính. Trong khi chúng ta được đi vào trong sự chú ý về thay đổi các cảm thọ này, lập tức, chúng ta nghe một âm thanh nào đó. Và rồi, tâm ta đuổi bắt nơi đó, sự ngắt quãng tỉnh giác nơi sự thay đổi đang thay thế trong cảm xúc của chúng ta. Song, chúng ta không nên thất vọng. Thay vào đó, chúng ta đơn giản tỉnh thức rằng '*cái tâm đã chú ý xong sự thay đổi trong cảm thọ của mình*' cũng đang thay đổi.

Thậm chí kiến thức về giáo pháp của chúng ta cũng luôn luôn thay đổi. Vạn pháp thay đổi, sự thật có thể trở nên dối trá, như trong kinh Dvayatanupassana – Kinh Hai Pháp Tuỳ Quán đã dạy rằng:

> *"Hãy nhìn vào thế giới*
> *Với tất cả Chư Thiên*
> *Nghĩ rằng vô ngã như ngã*
> *Trụ nơi danh và sắc*
> *Tưởng đó là chân thật*
> *Dù có nghĩ thế nào*
> *Khi mọi thứ thay đổi*
> *Làm nên sự không thật.*
> *Đó là pháp vô thường*

Nên lìa bỏ như thế.

Niết bàn là chân thật

Bậc Trí thành tựu đó

Thành tựu không tỳ vết."

Kinh Tập, Đại Phẩm III. 12.

Thông điệp ở đây chính là chúng ta luôn tin tưởng rằng mọi pháp là thường hằng, thích thú, là căn nguyên của hạnh phúc, là bản ngã cuối cùng, thì nó thay đổi và đối lập hẳn những gì ta cứ tưởng. Đây là bản chất của vô thường, khi chúng ta thấy sâu sắc sự thật này, cuối cùng chúng ta chặt đứt ảo tưởng. Để đạt được điểm này yêu cầu phải có chánh niệm và định lực thuần thục. Khi chánh niệm và định được vững vàng và thuần thục và chúng hoạt dụng với nhau như một thì lúc ấy ta sẽ thấy được những thay đổi vi tế trong thân và tâm mình. Chánh niệm sâu lắng ấy sẽ trở nên tỉnh thức với những thay đổi vi tế nhất, và chiếu rọi lên sự thay đổi này. Định tâm mạnh mẽ kết hợp với chánh niệm thuần thục tập trung tâm để chúng ta có thể thấy sự vận hành của vô thường một cách rõ ràng.

- Để trải nghiệm sự thay đổi của tâm một cách thực nghiệm, tuân thủ các bước đã đưa ra ở trên cho việc thiền tập về vô thường của sáu trần. Giai đoạn này, khoan hãy chú tâm vào sự thay đổi các đối tượng nhận thức và hãy chú tâm vào những thay đổi trong tâm khi nó nhận thức những đối tượng ấy.

- Chú ý kỹ càng tâm thường xuyên thay đổi đối tượng nhận thức của nó như thế nào, nó liên tục chuyển đổi từ các đối tượng ngoại lai đến đối tượng nội tại và ngược lại. Chú ý rằng tâm và các pháp khác đang hiện hữu là đang dấn vào sự thay đổi liên tục không ngừng ngớt.

* 03 *
Thiền: Chìa Khoá của Sự Giải Thoát

Có ba thứ chúng ta cần phải biết trực tiếp, tuyệt đối và khắc cốt ghi tâm, đó là *'vô thường, khổ và vô ngã'.* Chúng là chìa khoá cho sự giải thoát của chúng ta. Vô thường chính là cổng vào, là nền móng để cho hai cái còn lại dựa vào. Nếu chúng ta nhìn sâu vào vô thường, đau khổ và vô ngã sẽ tiếp cận một cách trực tiếp và đưa đến những phán xét chuẩn xác và không thể chối cãi được.

- Khi chúng ta thực tập thiền toạ chánh niệm, chúng ta thấy vạn pháp thay đổi. Chúng ta thấy vô thường một cách sâu sắc, sâu đến tận sự nhanh chóng không thể ngờ tới được, trong cấp độ sát na tương tục.

- Rồi chúng ta thấy nó bao quát hơn. Chúng ta nhận thức vô thường trong mọi thứ mà chúng ta thấy và mọi thứ chúng ta có thể nhìn thấy.

- Khi chúng ta biết được vô thường một cách sâu sắc trong tất cả trải nghiệm của bản thân, tâm sẽ quá quen thuộc với sự thay đổi liên tục này. Do vì tâm quá quen thuộc nên nhàm chán và mệt mỏi với nó, và đây là đau khổ mà chúng ta hứng chịu trong sự vô thường. Đức Thế Tôn đã khám phá ra sự thật này và giải thích nó cho chúng ta bằng cách nói rằng: 'Cái gì là vô thường cái đó khổ.'

'Cái gì là vô thường cái đó khổ' là một cách nói hình tượng giống như một cụm từ mà chính Ngài cũng thường xuyên sử dụng, đó là 'một ngôi làng đang ngủ'. Rõ ràng là ngôi làng không thể nào ngủ hay thức, nhưng mà là con người và thú vật trong ngôi làng đó đang ngủ. Tương tự như thế, các pháp vô thường bản thân chúng không có khổ, mà khổ là do người chấp vô thường và đau khổ. Nếu các pháp vô thường là khổ thì cây cối, bàn ghế, đá sỏi và các đối tượng khác cũng khổ, do vì chúng cũng vô thường. Cũng vậy, nếu nó là vô thường và điều này làm nó khổ, thì thậm chí Đức Thế Tôn và những hữu tình đạt được giác ngộ cũng đều phải khổ, do vì đây đều là những hữu tình chịu luật vô thường chi phối. Lí do để những trường hợp đó không khổ là vì họ không vướng mắc nơi các pháp vô thường. Và điều này cũng áp dụng tương tự cho chúng ta. Chỉ cần chúng ta dính mắc nơi các pháp vô thường thì chúng ta chịu đau khổ. Để chấm dứt khổ đau, chúng ta phải chấm dứt sự dính mắc, tham đắm nơi các pháp mà bản thân chúng luôn thay đổi không ngừng.

- Trong số các pháp vô thường ấy, là những uẩn của thân và tâm chúng ta. Khi chúng ta nhận biết sự đau khổ ở bên trong tất cả các uẩn của kinh nghiệm chính mình, thì chúng ta trở nên tỉnh ngộ với các uẩn.

- Sự đạt được tỉnh ngộ này giúp chúng ta trở nên nhàm chán nơi các pháp vô thường. Sự tham đắm mà chúng ta nhận ra là sự kết dính với bản ngã bám víu, và thế giới lại với nhau. Khi năng lực của sự kết dính này bị loại bỏ, sự xả ly liền sinh khởi, và chính điều này đưa chúng ta đi đến sự giải thoát khỏi tất cả những khổ đau.

- Để đạt được mục đích này, điều quan trọng là sự chánh niệm và tập trung của chúng ta phải thật thanh tịnh, thuần khiết, điều đó có nghĩa rằng chúng phải không dính bẩn của khái niệm. Ở cấp độ thiền tập này, ý niệm và tư tưởng giống như nhánh gai, ung nhọt, vết lở hay vật cản vậy. Khi những khái niệm vắng bặt, chúng ta có thể tập trung tâm trí tựa như tia laser lên ngũ uẩn vậy.

- Với sự rạch ròi tựa như nhận thức laser này, tâm ta có thể thấy rằng 'Tôi' chỉ tồn tại khi thân, thọ, tưởng, hành, thức tồn tại. Chúng trong chiều hướng này, lại tồn tại ngay bên trong tham chiếu của vô thường. Sự vô thường đốt cháy mọi thứ, chúng ta không thể tìm thấy bất kỳ cái ngã nào hay linh hồn nào hay 'Tôi' nào trong bất kỳ uẩn nào cả.

- Giả sử chúng ta đục nhiều lỗ với nhau trên một thanh tre và làm một cây sáo. Chúng ta thổi và tạo ra những âm thanh du dương. Giả như có ai đó làm vỡ cây sáo thành từng mảnh để tìm những âm thanh vừa nghe. Người đó sẽ không bao giờ tìm ra được bất kỳ một thanh âm nào cả. Cũng thế, chúng ta sẽ không bao giờ tìm thấy 'Tôi' ở trong các uẩn, bất luận chúng ta có chia chẻ tinh vi thế nào đi chăng nữa. Đó là điều chúng ta thấy được vô ngã.

- Khi không thấy được vô thường, chúng ta bám víu nơi các pháp vô thường. càng chấp thủ nhiều càng đau khổ nhiều, bởi vì những pháp vô thường luôn phản bội chúng ta khi chúng ta cố gắng để nắm giữ chúng. Chúng đánh lừa ta tin vào những điều hay người có thể cho ta hạnh phúc vĩnh cửu. Những hoàn cảnh cũng lừa đối chúng ta. Những mối quan hệ trở nên khó khăn. Con người quy tây. Công việc thay đổi. Thấy vô thường nơi vạn pháp, chúng ta phòng ngừa lại sự dối trá của chúng, nhanh chóng sinh khởi và bản chất tráo trở của chúng. Đây là sự giác ngộ của chúng ta về bản chất đau khổ của các pháp duyên sinh.

- Khi chúng ta thực tập chánh niệm, chúng ta dần dà nhận ra rằng vô thường, khổ và vô ngã là những đặc tính không chỉ của các uẩn của thân tâm mà còn của vạn pháp sanh khởi do nhân duyên tạo thành.

- Thấy được sự thật này, chúng ta không bị thất vọng với năm uẩn, và thực chất là với các pháp duyên sinh. Chúng ta nhận ra thích thú hay đau đớn, khổ sở thực chất là hai mặt của đồng tiền mà thôi. Khi chúng ta hưởng thụ thích thú, chúng ta ước giữ niềm hoan thích ấy mãi mãi. Khi chúng ta đang chịu đựng cảm giác đau đớn, chúng ta ước rằng ta chấm dứt được cơn đau và tận hưởng được niềm vui sướng. Cả hai đều là ước muốn. Cả hai đều là chấp thủ. Khi chúng ta thấy đau khổ vốn có trong hoan thích chúng ta sẽ không thất vọng với những sự hoan thích nữa. Đấy là sự xả ly.

* 04 *
Quán Duyên Khởi

'Cái này có, cái kia có. Cái này sinh, cái kia sinh. Cái này diệt, cái kia diệt'. Đây là lời pháp đầu tiên cực kỳ quan trọng mà Đức Thế Tôn đã dạy về pháp Duyên Khởi. Lý này dạy chúng ta về các pháp sinh khởi tuỳ thuộc vào nhân và duyên và mất đi cũng theo nhân và duyên mà mất đi. Để làm cho minh bạch bạch điều này, Đức Thế Tôn đã nói rằng:

> *"Này các Tỳ kheo, sự hoại diệt và chết chóc là vô thường, nương nơi duyên mà tạo thành, tuỳ thuộc nơi duyên mà sinh khởi, rồi tan biến, bản chất là tan biến, bản chất là hoại diệt, bản chất là tan rã."*

Nhiều người nghe Pháp như Thầy *Kondanna*, một trong năm đệ tử đầu tiên của Đức Thế Tôn, chứng đắc quả vị Nhập lưu bằng sự quán chiếu vô thường của các pháp duyên sinh. Tôn giả Kiều Trần Như trực chỉ đến sự giải thoát khỏi vô thường bằng lời rằng: 'những gì bản chất là sanh khởi thì bản chất của thứ đó cũng là hoại diệt.'

Do không thấy được bản chất duyên khởi của các pháp nên người thường bị rơi vào cực đoan. Một trong số các tư tưởng cực đoan đó là cho rằng mọi pháp hữu vi là vĩnh hằng, còn quan điểm khác thì cho rằng không có gì tồn tại. Nhưng khi dùng con mắt trí tuệ để quán chiếu thì vạn pháp tồn tại sinh khởi đều tuỳ thuộc nơi nhân và duyên, khái niệm không có gì tồn tại biến mất. Tương tự, khi quán chiếu với con mắt trí tuệ, thì vạn pháp mất đi cũng tuỳ thuộc nơi nhân và duyên, và như thế khái niệm các pháp tồn tại vĩnh hằng cũng tan biến.

Sinh khởi và hoại diệt là bản chất của vô thường. Bằng thiền tuệ minh sát, cách hiểu này được biết đến như trí tuệ của sự sinh diệt. Từ khởi điểm của thiền tuệ minh sát, chúng ta tập trung sự chú ý lên sự sinh diệt của hơi thở, cảm thọ, tưởng, hành và thức. Chúng ta cũng chú ý đến sự sinh diệt của tiếp xúc và sự chú tâm, hai yếu tố của tâm là sự sinh khởi giữa các căn khi chúng bắt gặp các đối tượng nhận thức. Thấy được sự sinh diệt, bậc trí đẩy nhanh sự thực tập bằng sự thúc đẩy tâm trí một cách gấp rút. Những vị ấy sau khi thấy pháp vô thường như chúng thì họ không còn bị khuấy đảo bởi những biến cố trong cuộc đời.

- Chúng ta không cần làm gì để tạo ra bất kỳ pháp vô thường nào cả. Sự vô thường có mặt mọi lúc ở đó rồi. Tất cả những điều chúng ta cần làm là tỉnh thức về vô thường.

- Chúng ta không phải làm gì để tạo ra sự không dính mắc cả. Bởi vì sự vô thường, sự không dính mắc nơi các pháp vô thường sinh khởi bởi chính nó.

- Chúng ta cũng không cần làm gì để đưa đến nguyên nhân cho cái gì đó mất đi. Sự mất đi tự nó đã như thế.

- Và rồi cũng không cần làm gì để chối bỏ, xả ly bất cứ gì. Khi các pháp hoại diệt thì sự xả ly đã ở đó rồi.

- Mỗi sát na diễn ra trong thân mà không ngừng nghỉ, không bám víu vào nhau. Những bộ phận vật lý của thân cùng hoạt động kết hợp với nhau nhưng không bám víu nơi nhau. Chúng hỗ tương lẫn nhau và trợ duyên cho nhau trong sự vận hành cố nhiên và trọng yếu. Đây là một ví dụ về sự không chấp trước.

- Trong bất kỳ chuỗi hoạt động nào, sát na này phải diệt để cho sát na kế tiếp sinh. Nếu một sát na trước không diệt thì sát na kế tiếp cũng không sinh trong cùng một chuỗi hoạt động. Dẫu cho những sát na có liên quan đến đất, nước, gió, lửa thì một sát na sinh thì phải có sát na trước diệt. Đây chính là sự đoạn diệt.

- Khi một sát na đã diệt có nghĩa là nó biến mất mãi mãi. Nó không thể tái tạo dưới mọi cách thức. Những gì sanh khởi là một sát na mới. Thiền giả chánh niệm để cho tiến trình này diễn ra một cách tự nhiên mà không tác động bất kỳ nỗ lực nào để kiểm soát sự thay đổi này. Đây chính là sự xả ly.

* 05 *
Thiền: Thấy Vô Thường
Bằng Tuệ Tỉnh Thức

Vô thường là sự thật khó nắm bắt nhất mà chúng ta từng gặp phải. Nó đi ngược lại những gì chúng ta nghĩ hay biết về hữu tình. Tâm chúng ta nó kháng cự lại vô thường một cách tinh tế. Nó sa vào tâm một cách dễ dàng và đi ra khỏi lẽ phải cũng dễ dàng như thế mà chẳng hề mảy may gây tác động nào cả. Và để tăng triển sự phát triển tâm linh của chúng ta thì sự nhận thức về vô thường bắt buộc phải có tác động với tâm. Trải nghiệm trực tiếp về vô thường là sự thật căn bản mà chúng ta cần phải làm để giải thoát bản thân.

Tại sao? Chúng ta có thể tự hỏi, tại sao trải nghiệm trực tiếp về vô thường lại là tối ưu quan trọng. Câu trả lời đơn giản rằng khi tâm được phân định trong tĩnh giác hoàn toàn về vô thường, nó tự nhiên mất đi sự thích thú để chấp chặt vào các pháp. Sau tất cả, có cái gì để chấp chặt? Bất cứ cái gì ta mong ước để gìn giữ để thay đổi chóng vánh và không có gì để chấp thủ. Vô thường chi phối tất cả. Mọi thứ thảy đều tan biến mà không một lời chia ly, dự báo.

Chúng ta trở nên chánh niệm nơi sự không chấp thủ của mình, và rồi tự nhiên chấp nhận trạng thái tâm này để tự thân nó chấm dứt chính nó, trong thời gian của tự thân nó. Thấy sự vô thường nơi các pháp là thức tỉnh tâm với sự thật rằng chẳng có gì có thể ngăn cản sự đổi thay. Không sức mạnh, không quyền năng của bất cứ gì trên vũ trụ có thể chấm dứt vô thường. Sự tỉnh thức này giúp chúng ta hiểu rõ rằng không có cái gì là tự ngã nhả những sợi dây ràng buộc cả, không có sự chuyển động bất động nào trong các pháp cả.

Chúng ta luôn được nghe rằng mọi thứ là vô thường, là bất hảo. Chỉ khi chúng ta hứng chịu những cơn đau thì chúng ta mới thấu hiểu và biết ơn rằng mọi thứ đều vô thường. Khi chúng ta đang cảm nhận hạnh phúc hay chính xác hơn là sự phấn khích, chúng ta kéo dài nó như để lưu giữ trạng thái này cho vĩnh viễn. Song, không quan tâm đến ước muốn của ta, chúng vẫn thay đổi theo cách của chúng và tốc độ của chúng.

Khi chúng ta nhìn sâu vào trải nghiệm cuộc đời ta, ta nhớ những lần đau khổ dấy lên do sự tham đắm của chúng ta nơi các sắc, thọ, tưởng, hành và thức. Nếu chúng ta thực sự mong chấm dứt đau khổ, chúng ta phải chấm dứt sự tham đắm, chấp trước này. Để thấy được vô thường với tuệ giác tỉnh thức, chúng ta phải dành trọn mọi thứ, chánh niệm chú tâm đến những trải nghiệm của bản thân mà không có khái niệm hay ý niệm tiền tư tưởng nào. Sự chánh niệm chú tâm không ngừng nghỉ này mở tâm ra để nhận thấy mối liên hệ giữa vô thường và khổ ở những gốc rễ sâu nhất.

- Chúng ta bắt đầu mỗi ngày với thiền tập, sử dụng hơi thở là điểm khởi nguyên để tập trung. Khi hơi thở đã trở nên tĩnh lặng, tinh tế, thư giãn thì tâm trí cũng trở nên yên lắng và thư thái.

- Sự thiền tập của chúng ta vô cùng dễ chịu và hoan hỷ. Mỗi phút giây là mỗi phút giây làm mới. Mỗi phút giây chính là mỗi phút giây tươi trẻ. Mỗi phút giây mang lại cho ta tuệ quán mới và hiểu biết mới. Chúng ta bắt đầu thấy các pháp mà chúng ta chưa hề thấy trước đây. Chúng ta thấy chúng từ một cái nhìn tổng thể mới, mỗi trải nghiệm mang lại cho chúng ta sự tươi tắn, lắng đọng, sảng khoái, hoan hỷ và hạnh phúc.

- Cuối cùng, chúng ta có thể cảm thấy một sự yên tĩnh, sảng khoái rải đều suốt khắp mặt, mắt, lông mày, trán ở giữa đầu, sau gáy. Chúng ta không làm gì để tạo ra sự nguy tạo hay gượng ép để có hạnh phúc như thế, tất cả chúng diễn ra một cách tự nhiên khi các nhân duyên đã chín muồi.

- Và rồi, chúng ta có thể tận hưởng một trạng thái vô cũng tinh tế, vô cũng bình yên, nhưng cũng rất sắc sảo, rõ ràng ở nơi cổ, vùng thái dương, vai và nơi ngực. Khi chúng ta tiếp tục thở bình thường như thế, đồng thời với sự rung động đó là chúng ta có thể trải nghiệm sự giãn ra hay co lại của khu vực phần trên của thân giữa hai vai và đan điền. Chúng ta có thể thực nghiệm sự thay đổi của từng tế bào thông qua sự rung động của thân, sự phồng lên và xẹp xuống của bụng với vận tốc vô cùng vi tế.

- Những cảm giác này không phải luôn luôn sanh khởi trong cùng một cách cùng một trật tự. Một vài người trải nghiệm những cảm giác tương tự một vài nơi khác nhau trong thân hay trong những tiến trình khác. Điều quan trọng là chúng ta không hề biết trước một kinh nghiệm cá biệt nào hay ý nghĩ nào đó, điều mà một vài điều là sai trái nếu như chúng ta không cảm nhận nó. Vấn đề không phải là chuỗi cảm giác. Vấn đề ở chỗ ý nghĩa của trải nghiệm là gì.

- Những cảm giác này nhắc nhở chúng ta rằng không có gì là đứng yên bất động. Mọi thứ luôn chuyển động. Mọi thứ luôn thay đổi. Mọi thứ luôn sinh rồi diệt. Cảm thọ cũng sinh khởi.

Mọi thứ mà chúng ta nghĩ luôn thường hằng bất biến thì cũng luôn thay đổi liên tục và thực chất là vô thường. Chúng ta không thể có mặt cùng một lúc trong hai sát na tương tục được. Một sát na đang hưởng thụ cảm giác thích thú và muốn nắm giữ nó cho lâu dài. Nhưng trước khi tâm khởi lên niềm ước muốn đó thì cảm giác đã bị đổi thay. Nó đổi thay khi tâm đã dường như nắm bắt được nó. Bất luận là tâm thay đổi nhanh chóng ra sao để nắm bắt các trải nghiệm thích thú ấy, thì trải nghiệm ấy cũng thay đổi trước khi tâm bắt được chúng. Nó sanh khởi tựa như một giấc mơ. Hàng nghìn sát na, hàng tỷ sát na sinh khởi biến diệt liên tục trong một giây phút. Chúng nhanh tựa tia chớp, và hơn thế nữa. Chúng ta không thể bắt kịp tốc độ thay đổi của chúng.

- Chúng ta có thể nghĩ, 'Hãy để tôi thấy sự bắt đầu, sự tồn tại và sự mất đi của các trải nghiệm này.' Nhưng trước khi ý nghĩ đó sinh khởi thì đối tượng của các trải nghiệm giác quan của chúng ta đã sinh khởi rồi, đạt được sự thành tựu tức có mặt và biến mất luôn rồi. Thỉnh thoảng tâm cũng có thể bắt gặp sự khởi đầu của một kinh nghiệm nhưng có thể chộp được giai đoạn giữa và cuối của nó. Hoặc cũng có thể đôi lúc chúng ta chiêm nghiệm được điểm cuối nhưng không nắm bắt được điểm đầu và điểm giữa. Tuy nhiên, chúng ta phải chánh niệm nơi sự thay đổi ấy. Điều này rất tốt. Cuối cùng, chúng ta có thể chú ý sự thay đổi đang diễn ra. Nó thậm chí còn tốt hơn sự chú ý về các pháp thay đổi nhanh như thế nào nữa. Chúng ta kinh qua vô thường suốt một ngày dài, cả đêm dài và trong mọi lúc cất bước chân đi.

- Ở điểm này, chúng ta có thể cảm nhận được dường như ta và

thế gian đang hoà cùng nhịp thở. Ta cảm nhận được mọi thứ từ bé nhỏ như con kiến đến to lớn như loài voi, từ cá tuế đến cái voi xanh hay từ giun đến trăn khổng lồ. Tất cả chúng đang thở cùng với hơi thở của mình và ta đang thở chung với chúng.

- Khi ta dành trọn sự chú ý lên nơi thân, thọ, tưởng, hành, thức, ta trải nghiệm được mọi thứ nhỏ nhất của chúng thay đổi liên tục. Khi chánh niệm chúng ta được rạch ròi, tâm chú ý và biết được mỗi khoảnh khắc mới, mỗi sát na mới. Từng phân tử trong thân, mỗi cảm thọ, mỗi tưởng, mỗi hành, mỗi thức tự thân chúng cũng luôn thay đổi với một tốc độ không thể thấy được hay suy tính được.

- Hơi thở vào ra cùng với sự thay đổi này. Các cảm giác cũng đang thay đổi. Kinh nghiệm của chúng về sự thay đổi này cũng thay đổi nốt. Sự chú ý của mình và sự chú ý đến dành sự chú ý nơi các sự chú ý thay đổi cũng thay đổi. Sự tỉnh giác của chúng ta cũng đang thay đổi vậy.

* 06 *
Giải Thoát

Kinh Pháp Cú đã dạy:

> *"Ai nhìn với con mắt trí tuệ để thấy tất cả các pháp*
> *duyên sinh là vô thượng, bất như ý, và tất cả các pháp*
> *là vô ngã, và rồi, vị ấy sẽ không thất vọng với đau khổ,*
> *đó là bản chất của tất cả các pháp duyên sanh. Đây là*
> *con đường đi đến giác ngộ."*

Chúng ta có thể tự vấn rằng ý nghĩa của thất vọng với đau khổ là gì? Điều này nghe dường như vô lý, chúng ta có thể tận hưởng cái gì đó vui thích, hạnh phúc rồi mới bị thất vọng chứ. Tại sao lại thất vọng với khổ đau. Nhưng ta tự hỏi, ai thất vọng với khổ đau? Sự thật, Đức Thế Tôn đã giải thích, bất kỳ ai tận hưởng nơi các thích thú giác quan là đang tận hưởng khổ đau. Do vì mọi thứ luôn thay đổi. Ăn một mẩu sô cô la có thể mang cho chúng ta thích thú, song nếu ăn nguyên cả cái bánh sô cô la thì lập tức chúng ta sẽ bị chuyển từ thích thú sang khổ đau. Khi ta nhìn vào toàn bộ một bức tranh ta có thể thấy ở trong đó có cả sướng lẫn khổ. Ta có được sự hiểu biết về cả sướng lẫn khổ đến cùng với nhau như một cặp. Khi chúng ta nhận ra rằng đau khổ là có sẵn bên trong bất kỳ loại vui thích nào, chúng ta trở nên thất vọng với thích thú.

Khi những cái gì mà chúng ta thích thú làm chúng ta thất vọng, chúng ta lập tức từ bỏ nó và đi tìm kiếm những thứ sẽ không làm ta thất vọng. Sự tham luyến của chúng ta vào những dục lạc thân thể trói buộc chúng ta với cuộc sống này và cuộc sống tương lai với vô vàn đau đớn và khổ cực cùng với các thú vui tạm bợ. Nó ngăn chúng ta đạt được những tầng bậc thiền định của sự nhiếp tâm. Khi quá trình thiền tập của chúng ta đã tiến bộ, ta nhìn thấy sự thất vọng nơi mọi thứ trong cõi luân hồi này, trong cõi của các pháp duyên sinh này. Chúng ta nhận ra rằng chúng ta đang trói buộc bản thân vào những vòng xoáy tương lai nơi cái vòng miên man bất tận này, chính nhờ vậy nên chúng ta tỉnh giác tu tập để loại bỏ và giải thoát khỏi những ái dục. Khi chúng ta hiểu rõ được bản chất của các pháp duyên sinh, điều đã được nhận rõ bằng vô thường, khổ và vô ngã, chúng ta thất vọng với khổ đau và tìm kiếm Niết bàn, không phan duyên, thường hằng và vô ngã.

Sự hiểu thấu này thúc đẩy ta tăng gấp đôi lên nỗ lực thiền tập để đạt được những trạng thái cao hơn của định và tuệ. Khi chúng ta thực hành xuyên qua những trạng thái của định gọi là jhanas, cuối cùng chúng ta đạt được một trạng thái diệt tưởng định. Trong bài Kinh Thiền Định, Đức Thế Tôn đã mô tả trạng thái này như một nơi mà ở đó thiền giả không còn nhận thấy năm uẩn của các pháp duyên sinh nữa, Ngài Dạy:

> *"Này Anan, trong cách này, một vị Tỳ Kheo có thể đạt được một trạng thái định lực như vậy, vị ấy sẽ không nhận thức địa đại liên quan đến đất, thuỷ đại liên quan đến nước, hoả đại liên quan đến lửa, không đại liên quan đến khí, không vô biên xứ liên quan đến cái chỗ không gian vô cùng."*

Tăng chi. 10.06.

Thiền giả cũng hết ý thức về cung bậc jhanas đã kinh qua bởi chính bản thân, cái mà tự thân đã chứng ngộ hay đúng hơn là không ý thức đến bất

cứ thứ gì bên trong hay bên ngoài cả:

> *"Vị ấy sẽ không nhận thức về thức vô biên xứ trong sự liên hệ với chỗ vô biên của thức, về vô sở hữu xứ trong sự liên quan với chỗ không có sở hữu, về phi tưởng phi phi tưởng xứ trong sự liên quan với thế giới này và thế giới khác."*

Nhưng, Đức Thế Tôn giải thích thêm, thiền giả ở trong trạng thái này 'sẽ vẫn nhận thức'. Tôn giả Anan hỏi, bằng cách nào mà thiền giả nhận thức như thế? Đức Thế Tôn trả lời:

> *"Ở đây, này Anan, vị Tỳ kheo nhận thức như sau: 'đây là an lạc, đây là vi diệu, điều mà vắng bặt các tạo tác, xả ly mọi sự sở hữu, phá vỡ mọi dính mắc, từ bỏ, đoạn diệt và Niết bàn."*

Trong khi chúng ta đang còn ở cõi đời này, sự an lạc và trạng thái cao thượng vượt lên trên sự nhận thức thông thường được mô tả ở đây là tạm bợ. Nó sanh khởi từ thiền định và trụ ở đó nhiều nhất chỉ có bảy ngày mà thôi. Song, sự chứng đắc này là rất quan trọng trong lộ trình, bởi vì nó báo hiệu trước sự giải thoát tối hậu của nhận thức, hay đó là sự chứng đắc diệt tưởng định, mà chính định diệt tưởng này diễn ra cùng với cái chết của thiền giả đã giác ngộ hoàn toàn – niết bàn tịch tịnh. Niết bàn này là trạng thái đã giải thoát hoàn toàn, lửa tham lam sân hận đã hoàn toàn tắt ngấm, đi lên trên sinh tử là giải thoát tối hậu của Phật đạo.

Trong bài Kinh Vô Ngã Tướng, Đức Thế Tôn đã chỉ cho năm anh em Ngài Kiều Trần Như ở vườn Nai gần *Varanasi* một lộ trình đưa đến sự giải thoát siêu việt mà được bắt đầu bằng việc quán ngũ uẩn là vô thường, khổ và vô ngã:

> *"Này các Tỳ kheo, sau khi quán thấy như thế, bậc Thánh đệ tử thông suốt nơi các pháp, thấy chán bỏ với các sắc, thọ, tưởng, hành và thức, tỉnh giác nơi sắc, thọ tưởng, hành và thức này. Do vì tỉnh giác, do vì chán bỏ, vị ấy trở nên giải thoát. Tâm vị ấy được giải thoát và vị ấy biết rõ 'Tâm ta đã giải thoát". Vị ấy thấy rõ, sanh đã tận, phạm hạnh đã thành, việc cần làm đã làm xong, thân này là thân rốt sau, không còn trở lại làm thân này nữa."*

Tương Ưng. III.66.

Phụ lục
Bản dịch Devanagari

गिरिमानन्द सुत्त

एक समय भगवान् श्रावस्ती में अनाथपिण्डिक के जेतवनाराम में विहार करते थे । उस समय आयुष्मान गिरिमानन्द बीमार थे, दुखी भी, बहुत अधिक रोगी थे । तब आयुष्मान् आनन्द जहाँ भगवान् थे, वहाँ पहुँचे । पास जाकर भगवान को नमस्कार कर एक ओर बैठे । एक ओर बैठे हुए आयुष्मान् आनन्द ने भगवान से यह कहा -

“भन्ते ! आयुष्मान् गिरिमानन्द बीमार है, दुखी हैं, बहुत अधिक रोगी है !, भन्ते ! अच्छा होगा यदि आप कृपा कर वहाँ पधारें, जहाँ आयुष्मान् गिरिमानन्द है ।"

“आनन्द ! यदि तु गिरिमानन्द भिक्षु को सुना कर दस संज्ञाओं को कहे । इसकी पूरी सम्भावना है कि उन दस संज्ञाओंको सुनने से आयुष्मान् गिरिमानन्द का रोग वहीं शान्त हो जाय ।
"कौन-सी दस संज्ञाएँ ?

अनित्य-संज्ञा, अनात्म-संज्ञा, अशुभ-संज्ञा, दुष्परिणाम (–आदीनव)-संज्ञा, प्रहाण-संज्ञा, वैराग्य-संज्ञा, निरोध-संज्ञा, समस्त लोक के प्रति अनभिरति-संज्ञा, सभी संस्कारों के प्रति अनिच्छा-संज्ञा तथा आनापान स्मृति ।

"आनन्द ! अनित्य-संज्ञा कौन-सी है? आनन्द ! भिक्षु अरण्य-गत होकर या वृक्ष की छाया में बैठकर अथवा एकान्त-स्थान में बैठकर यह विचार करता है रूप अनित्य है, वेदना अनित्य है, संज्ञा अनित्य है, संस्कार अनित्य है तथा विज्ञान अनित्य है।' इस प्रकार पाँचों उपादान-स्कन्धों के प्रति अनित्यदर्शी हो विचरता है। आनन्द ! इसे कहते हैं अनित्य संज्ञा।

"आनन्द ! अनात्म-संज्ञा कौन-सी है ? आनन्द ! भिक्षु अरण्य-गत होकर या वृक्ष की छाया में बैठकर अथवा एकान्त-स्थान में बैठकर यह विचार करता है चक्षु अनात्म है, रूप अनात्म है, श्रोत्र अनात्म है, शब्द अनात्म हैं, घ्राण अनात्म है, गन्ध अनात्म है, जिव्हा अनात्म है, रस अनात्म हैं, काय (शरीर) अनात्म है, स्रष्टव्य अनात्म है, मन अनात्म है तथा धर्म (मन के विषय) अनात्म है। इस प्रकार वह छह भीतरी-बाहरी आयतनों के प्रति अनात्मानुपश्यी हो विहार करता है। आनन्द ! इसे कहते हैं अनात्म-संज्ञा।

आनन्द ! अशुभ-संज्ञा कौन-सी है? आनन्द ! भिक्षु पाँव के तलवे से ऊपर, केश-मस्तक से नीचे, त्वचा तक सारे शरीर को नाना प्रकार की गंदगी से भरा हुआ देखता है—इस शरीर में हैं केश, रोम, नाखून, दाँत, त्वचा, माँस, नसे, अस्थि, अस्थि-भेद, वृक, हृदय, यकृत, क्लोमन, प्लीहणक, फेफड़ा, आँत, (बड़ी), आन्त (छोटी), उदर, पाखाना, पित्त, श्लेष्म, पीप, रक्त, पसीना, मेदस्, आँसू, चर्बी, थूक, सीढ़, लसिका तथा मूल।' इस प्रकार शरीर के प्रति अशुभ (गंदगी) की दृष्टि रखता है। आनन्द ! इसे कहते हैं अशुभ-संज्ञा।

"आनन्द ! दुष्परिणाम (आदीनव)-संज्ञा कौन-सी है ? आनन्द ! भिक्षु अरण्य-गत होकर या वृक्ष की छाया में बैठकर अथवा एकान्त-वास में बैठकर विचार करता है— यह शरीर

बहुत दुखों का घर है, बहुत से दुष्परिणामों का घर है। इस शरीर में नाना प्रकार के रोग उत्पन्न होते हैं, जैसे–चक्षु-रोग, कान का रोग, नाक का रोग, जिह्वा का रोग, शरीर (चमड़ी) का रोग, कर्ण-रोग, मुंह का रोग, दान्तों का रोग, होंठों का रोग, खाँसी, दमा, जुकाम, दाह, ज्वर, कुक्षि-रोग, मूर्छ, जुलाब, शूल, हैजा, कुष्ठ, कोड़े, कोढ़, तपेदिक, अर्धांग, दाद, खाज, खुजलाहट, नरवस, विचचिका, लोहित-पित्त, मधुमेह, अंश-भाग, फुसी, भगन्दर, पित्तज रोग, श्लेषमज रोग, वायुज रोग, सन्निपातिक रोग, ऋतु-परिवर्तन से उत्पन्न रोग, विषम चर्या उत्पन्न रोग, आकस्मिक कष्ट, कर्मफल से उत्पन्न रोग, शीत, ऊष्ण, भूख, प्यास, पाखाना तथा पेशाब।' इस प्रकार वह इस शरीर के दुष्परिणामों (आदीनवों) का विचार करता हुआ विचरता है। आनन्द! इसे कहते हैं। आदीनव-संज्ञा।

"आनन्द! प्रहाण-संज्ञा कौन-सी है? आनन्द! भिक्षु के मन में जो कामवितर्क उत्पन्न होता है उसे वह बना रहने नहीं देता है, त्याग देता है, दूर कर देता है, नष्ट कर देता है तथा अभाव-प्राप्त कर देता है। उसके मन में जो द्वेष (व्यापाद) वितर्क पैदा होता है, उसे वह बना रहने नहीं देता है, त्याग देता है, दूर कर देता है, नष्ट कर देता है तथा अभाव-प्राप्त कर देता है। उसके मन में जो विहिंसा-वितर्क उत्पन्न होता है उसे वह बना रहने नहीं देता है, त्याग देता है, दूर कर देता है, नष्ट कर देता है तथा अभाव-प्राप्त कर देता है। उसके मन में जो जो पाप-स्वरूप अकुशलधर्म उत्पन्न होते हैं, उन्हें वह बना रहने नहीं देता है, त्याग देता है, दूर कर देता है, नष्ट कर देता है तथा अभाव-प्राप्त कर देता है। आनन्द' ! इसे कहते हैं प्रहाण-संज्ञा।

"आनन्द! विराग-संज्ञा किसे कहते हैं? आनन्द! भिक्षु अरण्य-गत होकर या वृक्ष की

छायामें बैठकर अथवा एकान्त-स्थान में बैठकर यह विचार करता है "यही शान्त है, यही प्रणीत है, यह जो सभी संस्कारों का शमन, सभी उपाधियों का प्रतिनिसर्ग, तृष्णा का क्षय, विराग, निर्वाण है ।" आनन्द ! इसे कहते हैं । विराग-संज्ञा ।

"आनन्द ! निरोध-संज्ञा किसे कहते है ? आनन्द ! भिक्षु अरण्य-गत होकर या वृक्ष की छाया में बैठकर या एकान्त-स्थान में बैठकर यह विचार करता है 'यही शान्त है, यही प्रणीत है, यह जो सभी संस्कारों का शमन, सभी उपाधियों का प्रतिनिसर्ग, तृष्णा का क्षय, विराग, निर्वाण है।' आनन्द ! इसे कहते हैं। निरोध-संज्ञा ।

"आनन्द ! सभी लोकों के प्रति अनभिरति संज्ञा कौन-सी है ? आनन्द ! लोक में जो उपादान है, जो चित्त के अधिष्ठान-अभिनिवेश-अनुशय हैं, उनको त्यागते हुए, पुनः उत्पन्न होने न देते हुए विचरता है । आनन्द ! इसे कहते हैं सभी लोकों के प्रति अनभिरति-संज्ञा ।

"आनन्द ! सभी संस्कारों के प्रति अनिच्छा-संज्ञा क्या है ? आनन्द ! भिक्षु सभी संस्कारों से मुँह फेरता है, विमुख होता है तथा जिगुप्सा करता है । आनन्द ! इसे कहते है सभी संस्कारोंके प्रति अनिच्छा-संज्ञा ।

"आनन्द ! आनापान स्मृति किसे कहते हैं ? आनन्द ! भिक्षु अरण्यगत होकर, वृक्षकी छायामें अथवा एकान्त-स्थान में पालथी मारकर, शरीर को सीधे रख, स्मृति को सामने उपस्थित कर बैठता है । वह स्मृतिमान होकर साँस लेता है । स्मृतिमान होकर साँस छोड़ता है, वह लम्बी साँस लेते समय जानता है कि मैं लम्बी साँस ले रहा हूँ । वह लम्बी-साँस छोड़ते

समय जानता है कि मैं लम्बी साँस छोड़ रहा हूँ। वह छोटी साँस लेते समय जानता है कि मैं छोटी साँस ले रहा हूँ। वह छोटी साँस छोड़ते समय जानता है कि मैं छोटी साँस छोड़ रहा हूँ। वह 'सारे शरीर के लिए संवेदनशील' साँस लेने का अभ्यास करता है। वह 'सारे शरीर के लिए संवेदनशील' साँस छोड़ने का अभ्यास करता है। वह 'काम-संस्कार को शान्त करते हुए साँस लेने का अभ्यास करता है। वह 'काम संस्कार को शान्त करते हुए साँस छोड़ने का अभ्यास करता है। वह 'प्रीति संवेदनशील' साँस लेनेका अभ्यास करता है। वह 'प्रीति संवेदनशील' साँस छोड़ने का अभ्यास करता है। वह 'सुख-संवेदनशील साँस लेने का अभ्यास करता है। वह 'सुख-संवेदनशील' साँस छोड़नेका अभ्यास करता है। वह चित्त संस्कारों के लिए संवेदनशील' साँस लेने का अभ्यास करता है। वह 'चित्त-संस्कारों के लिए संवेदनशील' साँस छोड़ने का अभ्यास करता है। वह 'चित्त संस्कार को शान्त करते हुए' साँस लेनेका अभ्यास करता है। वह 'चित्तसंस्कार को शान्त करते हुए' साँस छोड़नेका अभ्यास करता है। वह 'चित्तके लिए संवेदनशील' साँस लेने का अभ्यास करता है। वह 'चित्तके लिए संवेदनशील' साँस छोड़नेका अभ्यास करता है। वह चित्त को प्रमुदित करते हुए .... चित्तको एकाग्र करते हुए .... चित्तको विमुक्त करते हुए .... अनित्यानुपश्यी हो .... विरागानुपश्यी हो .... निरोधानुपश्यी हो....... प्रतिनिसर्गानुपश्यी हो साँस लेनेका अभ्यास करता है। वह प्रतिनिसर्गानुपश्यी हो साँस छोड़नेका अभ्यास करता है। भिक्षुओ, इसे कहते हैं आनापान स्मृति।

"आनन्द ! यदि तू गिरिमानन्द भिक्षु को सुनाकर इन दस संज्ञाओंको कहे, तो इसकी पूरी सम्भावना है कि इन दस संज्ञाओं के सुनने से आयुष्मान् गिरिमानन्द का रोग वहीं शान्त हो जाय।"

तब आयुष्मान् आनन्द भगवान्के पाससे इन दस संज्ञाओंको ग्रहण कर जहाँ आयुष्मान् गिरिमानन्द थे, वहाँ पहुँचे। समीप जाकर आयुष्मान् गिरिमानन्द को ये संज्ञाएँ कह सुनाईं। तब इन दस संज्ञाओं के सुननेसे आयुष्मान् गिरिमानन्द का जो रोग था, वहीं शान्त हो गया। आयुष्मान् गिरिमानन्द उस रोग से उठ खड़े हुए। आयुष्मान् गिरिमानन्द का वह रोग मूलतः जाता रहा।

Bản dịch Trung

耆利摩難

爾時，世尊住舍衛城祇樹給孤獨園。其時，具壽耆利摩難因疾病而重患困苦。時，具壽阿難即往詣世尊所在之處。至已，禮敬世尊退坐一面。坐於一面之具壽阿難白世尊言：

「大德！具壽耆利摩難因疾病而重患困苦。大德世尊唯願哀愍而到具壽耆利摩難之處。」

「阿難！若汝往耆利摩難比丘處說十想，則耆利摩難比丘聞十想，而止其病，是有是處何等為十想耶？

即：無常想、無我想、不淨想、過患想、斷想、離貪想、滅盡想、一切世間不喜想、一切行無常想、入出息念。

阿難！何等為無常想耶？

阿難！此處有比丘，往阿練若，往樹下，往空屋而思擇：『色是無常，受是無常，想是無常，行是無常，識是無常。』如是於此五取蘊觀無常而住。阿難！此名為無常想。

阿難！何等為無我想耶？

阿難！此處有比丘，往阿練若，往樹下，往空屋而思擇：『眼是無我，色是無我，耳是無我，聲是無我，鼻是無我，香是無我，舌是是無我，味是無我，身是無我，所觸是無我，意是無我，法是無我。』如是於此內外之六處觀無我而住。阿難！此名為無我想。

阿難！何等為不淨想耶？

阿難！此處有比丘，自足下而上，自髮頂而下，以皮為邊際，觀察充滿種種之不淨之此身，謂：『此身有髮、毛、爪、齒、皮、肉、筋、骨、骨髓、腎、心、肝、肋膜、脾、肺腸、腸間膜、胃、排泄物、膽汁、痰、膿、血、汗、脂、淚、漿、唾、鼻液、髓、尿。』如是，於此身觀不淨而住。阿難！此名為不淨想。

阿難！何等為過患想耶？

阿難！此處有比丘，往阿練若，往樹下，往空屋而思擇：『此身者過患多苦。』謂：『此身生種種之疾病，謂眼病、耳病、鼻病、舌病、身病、頭病、耳朵病、口病、齒病、咳嗽、喘氣、感冒、煩熱、瘧、腹病、惛絕、下痢、疼痛、霍亂、癩病、癰病、白癩、乾痟、癲狂、癬、癢、疥、爬傷、連瘡、血膽病、糖尿病、麻痺、瘡、痔、瘻、膽等起之諸病、痰等起之諸病、風等起之諸病、〔三〕和合生之諸病、季節變易所生之諸病、不平等姿勢所生之諸病、侵害所生之諸病、業異熟所生之諸病、寒、熱、飢、渴、大便、小便。』如是，於此身觀過患而住。阿難！此名為過患想。

阿難！何等為斷想耶？

阿難！此處有比丘，不忍許已生之欲尋，令歸於斷、除、離、無。〔不忍許〕已生之瞋尋〔，令歸於斷、除、離、無。〕〔不忍許〕已生之害尋〔，令歸於斷、除、離、無。〕〔不忍許〕已生之惡不善法〔，令歸於斷、除、離、無。〕阿難！此名為斷想。

阿難！何等為離貪想耶？

阿難！此處有比丘，往阿練若，往樹下，往空屋而思擇：『此乃寂靜，此乃殊妙，即一切行之寂止，一切餘依之定棄、愛盡、離貪、涅槃。』阿難！此名為離貪想。

阿難！何等為滅盡想耶？

阿難！此處有比丘，往阿練若，往樹下，往空屋而思擇：『此乃寂靜，此乃殊妙，即一切行之寂止，一切餘依之定棄、愛盡、離貪、涅槃。』阿難！此名為滅盡想。

阿難！何等為一切世間不喜想耶？

阿難！此處有比丘，於世間斷離近倚、執著，心之攝受、現貪、隨眠而不取。阿難！此名為一切世間不喜想。

阿難！何等為一切行無常想耶？

阿難！此處有比丘，羞、慚、愧恥於一切

行。阿難！此名為一切行無常想。

阿難！何等為入出息念耶？

阿難！此處有比丘，往阿練若，往樹下，往空屋而結跏趺坐，正身而持，修念於普前。如斯，正念而入息。正念而出息，長入息者，即了知『我長入息』，長出息者，即了知『我長出息』，短入息者，即了知『我短入息』，短出息者，即了知『我短出息』，學『我覺徧身而入息』，學『我覺徧身而出息』，學『我止身行而入息』，學『我止身行而出息』，學『我覺喜而入息』，學『我覺喜而出息』，學『我覺樂而入息』，學『我覺樂而出息』，學『我覺心行而入息』，學『我覺心行而出息』，學『我止心行而入息』，學『我止心行而出息』，學『我覺心而入息』，學『我覺心而出息』，學『我令心歡喜而入息』，學『我令心歡喜而出息』，學『我令心得定而〔入息』，學『我令心得定而出息』〕，學『我令心解脫而〔入息』，學『我令心解脫而出息』〕，學『我觀無常而〔入息』，學『我觀無常而出息』〕，學『我觀離貪而〔入息』〕，學『我觀離貪而出息』〕，學『我觀滅盡而〔入

息』，學『我觀滅盡而出息』，學『我觀
定棄而入息』，學『我觀定棄而出息』。
阿難！此名為入出息念。

阿難！若汝往耆利摩難比丘處說十想，則
耆利摩難比丘者聞此十想，而止其病，是
有所是處。

時，具壽阿難即從世尊處親受此十想，往
具壽耆利摩難之處。至己，對具壽耆利摩
難說此十法。時，具壽耆利摩難聞此十
法，其病即止，具壽耆利摩難自病痊癒，
具壽耆利摩難之彼病乃斷。

Kinh Girimānanda
(Tương Ưng 10. 60)

Một thời, Đức Thế Tôn trú tại Savathi trong vườn Jeta, Vườn của đại cư sĩ Anāthapindika. Bấy giờ, Tôn giả *Girimānanda* bị ốm nặng, thân thể gầy gộc, mạng sống mong manh. Rồi, Tôn giả Ananda đã đi đến đảnh lễ, ngồi xuống một bên và bạch cùng Đức Thế Tôn rằng:

Bạch Đức Thế Tôn, Thầy *Girimānanda* đang bị bệnh nặng, thân thể gầy gộc, mạng sống mong manh. Thật là phước đức nếu Đức Thế Tôn vì lòng bi mẫn mà đi đến thăm Thầy ấy.

Này Anan, nếu ông đi đến thăm Thầy *Girimānanda* và đọc lên mười điều tưởng, nó có thể làm cho bệnh của Thầy ấy thuyên giảm ngay lập tức sau khi nghe xong mười điều. Mười điều ấy là gì?

Đó là (1) Nhận thức về vô thường hay tưởng vô thường, (2) tưởng vô ngã hay nhận thức về vô ngã, (3) tưởng bất tịnh hay nhận thức về thân không hấp dẫn, (4) tưởng nguy hay hay nhận thức về sự nguy hiểm từ thân, (5) tưởng từ bỏ hay nhận thức về sự từ bỏ, (6) tưởng vô dục hay nhận thức về sự không có dục vọng, (7) tưởng đoạn diệt hay sự nhận thức về sự chấm dứt, (8) tưởng nhàm chán đối với thế giới, (9) tưởng vô thường trong tất cả hành hay sự nhận thức về vô thường của các hiện tượng có điều kiện, (10) chánh niệm hơi thở.

Và này Anan, nhận thức về vô thường là gì? Ở đây, vị ấy đi vào rừng, đến dưới một gốc cây hay một chỗ đất trống, vị ấy ngồi xuống và quán tưởng như này: 'sắc tướng này là vô thường, cảm thọ này là vô thường, tưởng này là vô thường, các hành này là vô thường, thức này cũng là vô thường'. Rồi, vị ấy an trụ trong sự quán chiếu về vô thường của ngũ uẩn, những đối tượng để chấp thủ. Đây gọi là sự nhận thức về vô thường.

Và này Anan, cái gì là sự nhận thức về vô ngã? Ở đây, vị ấy đi vào rừng sâu, đến bên dưới gốc cây hoặc bãi đất trống, vị ấy ngồi ngay thẳng quán chiếu như sau: 'Mắt là vô ngã, sắc này là vô ngã, tai này là vô ngã, âm thanh này cũng là vô ngã, mũi này cũng là vô ngã, mùi vị này cũng là vô ngã, lưỡi này là vô ngã, vị này cũng vô ngã, thân thể này là vô ngã, đối tượng của xúc cũng là vô ngã, tâm này cũng thế, là vô ngã, các tâm sở cũng thế, tất thảy đều vô ngã'. Do đó, vị ấy an trụ nơi sự quán chiếu vô ngã trong sáu đối tượng căn và cảnh. Đây gọi là sự nhận thức về vô ngã.

Này Anan, như thế nào gọi là sự nhận thức về sự không hấp dẫn? Ở đây, vị Tỳ kheo xem xét nơi thân này, từ đỉnh đầu cho suốt thấu đến gót chân, các thứ tóc lông, răng, móng, được bao bọc bởi lớp da, đầy dẫy những thứ bất tịnh: 'Có trong thân này nào là tóc trên đầu, lông nơi thân, móng tay, răng, da, gân, xương, tuỷ xương, cật, tim, lá lách, gan, phổi, ruột, mỡ chày, mỡ nước, bao tử, mổ hôi, nước mắt, nước mũi, chất nhờn nơi khớp, phẩn giải.' Rồi, vị ấy quán chiếu sự dơ bẩn của thân, sự nhờn gớm của thân này. Đây gọi là sự nhận thức về sự không hấp dẫn.

Và này Anan, tưởng nguy hại là gì? Ở đây, Vị ấy đi vào rừng sâu, đến nơi một gốc cây hay một bãi đất trống, thẳng lưng ngồi xuống, và rồi vị Tỳ Kheo suy ngẫm như thế này: ' Thân này là căn nguyên của rất nhiều khổ đau và nguy hiểm, tất cả mọi thứ đau khổ, bệnh tật đều từ thân này mà sanh khởi, đó là: bệnh về mắt, bệnh về tai trong, bệnh về mũi, bệnh về lưỡi, bệnh về thân, bệnh về đầu, bệnh về tai ngoài, bệnh về miệng, bệnh về răng, bệnh ho, bệnh hen suyễn, bệnh tiêu chảy, bệnh sốt thường, bệnh sốt cao, bệnh bao tử, bệnh ngất xỉu, bệnh kiết ly, bệnh đau thắt, bệnh dịch tả, bệnh phong cùi, bệnh nhọt, bệnh chàm bội nhiễm, bệnh lao phổi, bệnh động kinh, bệnh ngứa da, bệnh ngứa gãi, bệnh vẩy nến, bệnh thủy đậu, bệnh ghẻ lở, bệnh xuất huyết, bệnh trĩ, bệnh ung thư, bệnh lỗ rò; những bệnh bắt nguồn từ mật, đờm, gió, hoặc sự kết hợp giữa chúng; bệnh do thay đổi thời tiết, bệnh do những hành vi bất cẩn, bệnh do bị tấn công, bệnh do hậu quả của nghiệp, hay lạnh, nóng, đói, khát, đại tiểu tiện.' Do đó, vị ấy an trụ nơi sự quán chiếu về nguy hiểm trong thân. Đây gọi là tưởng về sự nguy hiểm.

Và này Anan, như thế nào gọi là sự nhận thức về loại trừ? Ở đây, vị Tỳ kheo không dung dưỡng một sự khởi sinh của ý tưởng dục lạc, vị ấy chối bỏ nó, xua đuổi nó, chấm dứt chúng, và xoá sạch chúng. Vị ấy không còn dung chứa sự khởi lên của một ý nghĩ của ác tâm,... sự khởi lên một độc niệm,...trạng thái bất thiện xấu xa, bất cứ khi nào chúng dấy khởi, vị ấy đoạn diệt chúng, chối bỏ chúng, xua đuổi chúng, hay xoá sạch dấu vết của chúng. Đây gọi là nhận thức về sự xả ly.

Này Anan, như thế nào gọi là sự nhận thức không dục vọng? Ở đây, vị Tỳ Kheo đi vào rừng sâu, đến dưới một gốc cây hay một bãi đất trống, an nhiên tĩnh toạ, vị ấy quán chiếu như sau: 'Đây là an lạc, đây sự an nhiên, đây là sự uy nghi, cao thượng, đó là sự vắng bặt các hành vi tạo tác, sự từ bỏ các chiếm hữu, sự hoại diệt các ái dục, được vô dục, niết bàn.' Đây gọi là sự nhận thức về vô dục.

Và này Anan, như thế nào gọi là tưởng đoạn diệt? Ở đây, vị Tỳ kheo vào rừng sâu, đến dưới một gốc cây hay một bãi đất trống, ngồi xuống với thân ngay thẳng quán chiếu như sau: 'Điều này là an lạc, điều này là cao thượng, đó là sự vắng bặt các hành vi tạo tác, sự từ bỏ các chiếm hữu, sự hoại diệt các ái dục, được vô dục, niết bàn.' Đây gọi là sự nhận thức về đoạn diệt.

Và này, Anan, cái gì là sự nhận thức về sự không tham đắm nơi toàn bộ thế giới này? Ở đây, vị Tỳ Kheo tự kềm chế mình mọi sự ràng buộc và chấp trước, quan điểm về tâm, mọi sự bám víu, những khuynh hướng tiềm ẩn trong mối liên hệ với thế giới, lìa bỏ chúng mà không chấp thủ chúng. Đây gọi là tưởng về vô trước với thế gian.

Và này, Anan sự nhận thức về sự vô thường trong mối liên quan với các hành là gì? Ở đây, vị Tỳ kheo đã khước từ, chán ghét, ghê tởm với các pháp hữu vi. Đây gọi là tưởng về hữu vi hoại.

Và này, Anan hơi thở chánh niệm là gì? Ở đây, vị Tỳ Kheo đi vào rừng, đến dưới một gốc cây hay một chỗ đất trống, ngồi xuống với tư thế hoa sen.Vị ấy bắt chéo chân, thân thẳng đứng, đặt chánh niệm trước mặt, với chánh niệm, vị ấy thở vào, với chánh niệm vị ấy thở ra.

Hít vào dài, vị ấy biết : Tôi hít vào dài. Thở ra dài, vị ấy biết: Tôi thở ra dài. Hít vào ngắn, vị ấy biết: Tôi hít vào ngắn. Thở ra ngắn, vị ấy biết: Tôi thở ra ngắn.Vị ấy tu tập như sau: 'Trải nghiệm toàn thân, tôi sẽ hít vào;vị ấy là thực tập; 'tỉnh giác toàn thân, tôi sẽ thở ra.' Vị ấy tu tập rằng: 'Làm yên lắng thân hành, tôi sẽ hít vào; làm yên lắng thân hành, tôi sẽ thở ra.'

Vị ấy tu tập như sau: 'Chiêm nghiệm hỉ lạc, tôi sẽ hít vào', vị ấy tu tập như sau: 'chiêm nghiệm hỉ lạc, tôi sẽ thở ra.' Vị ấy tu tập như sau: 'trải nghiệm hạnh phúc, tôi sẽ hít vào'. Vị ấy tu tập như sau: 'trải nghiệm hạnh phúc, tôi sẽ thở ra.' Vị ấy tu tập như sau: 'trải nghiệm tâm hành, tôi sẽ hít vào.' Vị ấy tu tập như sau: 'trải nghiệm tâm hành, tôi sẽ thở ra.' Vị ấy tu tập như sau: 'Yên tĩnh tâm hành, tôi sẽ hít vào.' Vị ấy tu tập như sau: 'yên tĩnh tâm hành, tôi sẽ thở ra.'

Vị ấy tu tập như sau: 'chiêm nghiệm nơi tâm, tôi sẽ hít vào.' Vị ấy tu tập như sau: 'chiêm nghiệm nơi tâm, tôi sẽ thở ra.' Vị ấy tu tập như sau: 'thắng duyệt nơi tâm, tôi sẽ hít vào.' Vị ấy tu tập như sau: 'thắng duyệt nơi tâm, tôi sẽ thở ra.' Vị ấy tu tập như sau: 'tập trung nơi tâm, tôi sẽ hít vào." Vị ấy tu tập như sau: 'tập trung nơi tâm, tôi sẽ thở ra.' Vị ấy tu tập như sau: 'giải thoát nơi tâm, tôi sẽ hít vào,' Vị ấy tu tập như sau: 'giải thoát nơi tâm, tôi sẽ thở ra.'

Vị ấy tu tập như sau: 'quán chiếu vô thường, tôi sẽ hít vào.' Vị ấy tu tập như sau: 'quán chiếu vô thường, tôi sẽ thở ra.' Vị ấy tu tập như sau: 'quán chiếu ly tham, tôi sẽ hít vào.' Vị ấy tu tập như sau: 'quán chiếu ly tham, tôi sẽ thở ra.' Vị ấy tu tập như sau: 'quán chiếu đoạn diệt, tôi sẽ hít vào.' Vị ấy tu tập như sau: 'quán chiếu đoạn diệt, tôi sẽ thở ra.' Vị ấy tu tập như sau: 'quán chiếu xả ly, tôi sẽ hít vào.' Vị ấy tu tập như sau: 'quán chiếu xả ly, tôi sẽ thở ra.'

Đây gọi là hơi thở chánh niệm.

Này Anan, nếu ông đến thăm thầy *Girimānanda* và nói với Thầy ấy mười phép nhận thức này, có thể sau khi nghe xong về mười điều đó, Thầy ấy sẽ lập tức hết bệnh, sức khoẻ được hồi phục như lúc ban đầu.

Và rồi, khi Tôn giả Anan nghe xong mười phép nhận thức ấy từ Đức Thế Tôn, Thầy ấy đi đến Thầy *Girimānanda* và nói lại cho Thầy *Girimānanda* về mười điều ấy. Khi Tôn giả *Girimānanda* nghe xong thì bệnh tật lập tức tan biến. Tôn giả *Girimānanda* hồi phục không tưởng, và đó là cách mà Thầy ấy tự chữa khỏi bệnh của mình.

NHẬN THỨC QUÁN
MƯỜI LIỆU PHÁP CHÁNH NIỆM
HENEPOLA GUNARATANA

Thanh An dịch

Biên tập: Phan Thị Ngọc Minh
Sửa bản in: Quảng Hạnh
Bìa và trình bày: Quảng Hạnh